சீமையில் இல்லாத புத்தகம்!

தேனி சுந்தர்

BOOKS FOR CHILDREN

Seemaiyil Illatha Puthagam

Theni Sundar

First Published: July, 2022

Published by

BOOKS FOR CHILDREN

im print of Bharathi Puthakalayam

7, Elango Salai, Teynampet, Chennai - 600 018

Email: bharathiputhakalayam@gmail.com | www.thamizhbooks.com

சீமையில் இல்லாத புத்தகம்!

தேனி சுந்தர்

முதல் பதிப்பு: ஜூலை, 2022

வெளியீடு:

புக்ஸ் ஃபார் சில்ரன்

பாரதி புத்தகாலயத்தின் ஓர் அங்கம்

7, இளங்கோ சாலை, தேனாம்பேட்டை, சென்னை - 600 018.

தொலைபேசி : 044 24332424, 24330024 | விற்பனை: 24332924

விற்பனை உரிமை

7, இளங்கோ சாலை, தேனாம்பேட்டை, சென்னை - 600 018.

விற்பனை நிலையங்கள்

மதுரை: *37A, பெரியார் பேருந்து நிலையம் - 045 22324674* | ***ஈரோடு:*** *39: 39 ஸ்டேட் பாங்க் சாலை - 9245448353*

திண்டுக்கல்: *பேருந்து நிலையம் - 9942331105, 9976053719* | ***பழனி:*** *பேருந்து நிலையம் அருகில் - 9442883696*

திருப்பூர்: *447, அவினாசி சாலை - 9486105018* | ***சேலம்:*** *பாலம் 35, அத்வைத ஆஸ்ரமம் சாலை 0427 2335952*

திருவல்லிக்கேணி: *48, தேரடி தெரு - 9444428358* | ***வடபழனி:*** *பேருந்து நிலையம் எதிரில் அடையார் ஆனந்தபவன் மாடியில் - 9444476967* | ***பெரம்பூர்:*** *52, கூக்ஸ் ரோடு - 9444373716*

திருவாரூர்: *35, நேதாஜி சாலை - 9442540543* | ***சேலம்:*** *15, வித்யாலயா சாலை சாலை*

திருநெல்வேலி: *25கி, ராஜேந்திரநகர் - 9442149981*

மதுரை: *சர்வோதயா மெயின்ரோடு* | ***குன்னூர்:*** *N.K.N வணிக வளாகம் பெட்போர்ட்*

செங்கல்பட்டு: *1 D ஜி.எஸ்.டி சாலை - 044 27426964* | ***விருதுநகர்:*** *131, கச்சேரி சாலை - 0456 2245300*

கும்பகோணம்: *352, ரயில் நிலையம் எதிரில் - 9443995061* | ***வேலூர்:*** *பேஸ் III, சத்துவாச்சாரி - 9442553893*

நெய்வேலி: *பேருந்து நிலையம் அருகில், - 9443659147*

தஞ்சாவூர்: *காந்திஜி வணிக வளாகம் காந்திஜி சாலை - 9655542400*

கோவை: *77, மசக்காளிபாளையம் ரோடு, பீளமேடு - 8903707294*

திருச்சி: *வெண்மணி இல்லம், கரூர் புறவழிச்சாலை - 9994289492*

திருவண்ணாமலை: *முத்தம்மாள் நகர்* | ***நாகர்கோவில்:*** *699 கே.பி.ரோடு R.A.புரம் - 9443450111*

சிதம்பரம்: *22A / 18B தேரடி கடைத் தெரு, கீழவீதி அருகில் - 9994399347*

கரூர்: *நாரத கானசபா அருகில் (TNGEA OFFICE) - 9442706676*

காரைக்குடி : *12, 2 வது தெரு, கம்பன் மணிமண்டபம் பின்புறம் - 9443406150*

பாண்டிச்சேரி : *கிழக்-கு கடற்கரைச்சாலை, இலாசுப்பேட்டை, 9486102777*

அருப்புக்கோட்டை: *கதவுஎண் 49 A/4 மெயின் ரோடு, தெற்கு தெரு - 9994173551*

அச்சு : பிரிண்டெக், சென்னை - 600 005.

ஒரு முக்கியமான பணி...

தேனி சுந்தரின் இந்தப் புத்தகம் குழந்தைகளின் உலகத்திற்குள் நுழைவதற்கான பாஸ்போர்ட்டை நமக்கு வழங்குகிறது. தமிழ்க் கதையுலகில் அழியா இடம் பெற்ற பி.எஸ்.ராமையாவின் ''நட்சத்திரக் குழந்தைகள்'' கதையில் நடக்கும் தகப்பனுக்கும் மகளுக்குமான உரையாடலை நிகர்த்த உரையாடல்களின் தொகுப்பு இது . இந்த வகையில் தமிழில் இது முற்றிலும் புதிய மற்றும் முதல் முயற்சி என்று சொல்லலாம். அப்படிப் பார்க்கையில் இது "சீமையில் இதுவரை இல்லாத புத்தகம்தான்.!"

ஒரு தகப்பனுக்கும் இரு குழந்தைகளுக்கும் இடையில் தொடர்கின்ற அன்றாட உரையாடல்களாகவும் டார்வின், புகழ்மதி, கீர்த்தி ஆகிய மூன்று குழந்தைகள் கட்டியெழுப்பும் உலகத்திற்குள் எட்டிப் பார்த்து எழுதப்பட்ட சித்திரங்களாகவும் இந்நூலின் பக்கங்கள் விரிகின்றன.

இதை எழுத அவர் எந்த மெனக்கெடலும் செய்யாததுபோல, வெகு இயல்பாக அனுபவங்கள் வார்த்தைகளாக ரூபம் கொண்டு நிற்கின்றன. பேச்சு மொழியைத் தேர்வு செய்திருப்பது ஒவ்வொரு பதிவுக்கும் உயிரூட்டுகிறது.

அப்பா
இந்தப்புத்தகமும்
இந்தப்புத்தகமும்
ஒரே மேட்ச்சா இருக்குப்பா
அப்பா..

இந்தப்புத்தகமும்
என் சட்டையும் மேட்ச்சா இருக்குப்பா..

அப்பா..
இந்தப்புத்தகமும்
என் சட்டையும்

நம்ம மெத்தையும்
ஒரே மேட்ச்சா இருக்குப்பா..

வெளாட்டும் படிப்புதான்..!

அந்த்துவான் எக்சுபரியின் 'குட்டி இளவரசனி'ல் குழந்தை வரையும் ஓவியங்களைப் புரிந்துகொள்ளாத பெரியவர்களாகத் தான் நாமும் இருக்கிறோம்..புத்தகம் என்றால் விரித்து வைத்துப் படிக்க மட்டும்தான் என்கிற பெரியவர் உலகத்துப் புரிதலுக்கு மாறாக அப்புத்தகம் பிரிக்கப்படாமலேயே ஒரு வாசிப்பைக் குழந்தைகளுக்குத் தருகிறது. எல்லாப் பொருளும் பல்பரிமாணம் கொண்டவையாகக் குழந்தையின் கண்களுக்குத் தெரிவதை நாம் புரிந்து கொள்ள வேண்டும்.

வண்டி வாங்குறப்பவே நம்பர் எழுதி
மாட்டி விட்ருவாங்களாப்பா...

ஒருவாரம்..
இல்லாட்டி
பத்துநாளு கழிச்சு கொடுப்பாங்க..

அப்ப
அந்த வண்டில இருக்கிற
நம்பருக்கு போன் போட்டா
அந்த வண்டிக்காரங்க எடுத்துப் பேசுவாங்களா..?
...! - இது டார்வின் கேள்வி..

இன்னொரு பதிவில் எழுத்துக்குள் இருக்கும் நிலாவைக் கண்டுபிடிக்கிறாள் புகழ்மதி பாப்பா.. இன்னொரு பதிவில் ஆம்லேட் சாப்பிட்டா சளி குறையும் என்று அத்தை சொன்னதை இன்னும் நீட்டித்து தோசை சாப்புட்டாலும் சளி குறையும்.. ஏன்னா அதும் வட்டமாத்தானே இருக்கு என்று குழந்தை விளக்குவது புதிய வெளிச்சம்.

அப்பா மட்டும் வேர்க்குது என்று சட்டையைக் கழற்றிப் போடுவதைப் பார்க்கும் குழந்தை அப்போ அம்மாவுக்கு வேர்க்காதா என்று இயல்பாகக் கேட்கிறாள். நம் உடைக் கலாச்சாரத்திலும் நிலவும் பால் பேதம் பற்றிய சிந்தனையையும் கேள்விகளையும் தூண்டும் பதிவு அது.!

குழந்தைகளின் சிந்தனைப் போக்கின் தடங்களாக இவற்றை நாம் வாசிக்க முடியும். குழந்தைகள் எப்படிச் சிந்திக்கிறார்கள் என்பதைப் படம் பிடிக்கும் பல பக்கங்கள் இந்நூலில் உள்ளன. மாண்டிசோரியின் குழந்தைகளின் உளவியல் ஆய்வுபோன்ற ஓர் ஆய்வுக்கான தரவுகளைத் தேனி சுந்தர் நமக்குத் தந்திருக்கிறார் என்றே கருதுகிறேன்.

இதுபோலப் பலரும் தங்கள் குழந்தைகளின் உரையாடல்களைப் பதிவு செய்தால் ஆய்வுக்கான முக்கிய ஆவணங்களாக அவை உதவக்கூடும். குறிப்பாகப் பெண்கள் தங்கள் குழந்தைகளுடனான உரையாடல்களைப் பதிவு செய்ய வேண்டும்.தேனி சுந்தர் முதல் தப்படியை எடுத்து வைத்திருக்கிறார்.

நாம் தொடர வேண்டும். இதை ஓர் இயக்கமாகவே முன்னெடுக்க வேண்டும் அவ்வளவு முக்கியமான பணி இது. நன்றியும் வாழ்த்துக்களும் சுந்தர்...

தோழமையுடன்

ச.தமிழ்ச்செல்வன்

சிவகாசி- *626124*

மாண்டிசோரியும் நோம்சாம்ஸ்கியும் கைகுலுக்கும் புள்ளியில் இருந்து ஊற்றெடுக்கும் கவிதைகள்.....!

ஜனநாயகம் முழுமையாக குடிகொண்ட வீடுகளில் குழந்தைகளே ஆட்சியாளர்கள். மழலை மொழியே அங்கு ஆட்சிமொழி. அப்படிப்பட்ட ஒரு இல்லத்தின் கவித்துவ நாட்குறிப்புகளே இந்த நூல். அந்த வகையில் இதுவரை தமிழில் பதிவுபெறாத மழலையரின் குட்டிக்குட்டி புதையல்களை தேடித்தேடி பதிவு செய்யும் இந்த தொகுப்பு உண்மையிலேயே "சீமையில் இல்லாத புத்தகம்" தான்.!

"இருட்டில் வளரும் குருட்டு குருத்து இலைகள் போல..." என்று ஒரு செடி வளர்வதை பற்றி சீனத்துக் கவி அய்குங் குறிப்பிடுவார். அது போலவே குழந்தைகள் வளர்வதும் நம் கண்களுக்கு தெரிவதே இல்லை. 'குழந்தைகளே ஆசான்கள்' என்றார் போர்ச்சுகீசிய எழுத்தாளர் பாவ்லோ ஷிலோ.. மூன்று முதன்மையான விஷயங்களை நாம் அவர்களிடம் கற்கவேண்டும். முதலாவது எப்படி காரணமின்றி மகிழ்ச்சியாக இருப்பது.. இரண்டாவது எப்படி எல்லாம் கேள்விகளால் இந்தப் பூவுலகை அறிவது.. மூன்றாவது பாரபட்சமின்றி நேசிப்பது...! தேனி சுந்தர் காட்டும் இக்குழந்தைகள் அதற்கும் மேலே நமக்கு நிறையச் சொல்லித் தருகிறார்கள்.

டார்வின், புகழ்மதி என்று இரண்டு குழந்தைகள். உலகத்தின் கோடிகோடி குழந்தைகளின் பிரதிநிதிகள் அவர்கள். ஒவ்வொரு நாளையும் ஒவ்வொரு நொடியையும் மகிழ்ச்சியோடு காரணமற்ற உற்சாகத்தோடு கழித்து வீட்டை சொர்க்க புரியாக வைத்திருக்கிறார்கள். ஒருநாள், ஒருபொழுது விடாமல் நூறுநூறு வகையான கேள்விகளால் நம்மை துளைத்து தன் அறிதலை நம் அறிதலோடு விசாலமாக்குகிறார்கள். சக மனிதர்கள், வாத்து புழு, பூச்சி முதல் மயிலிறகு வரை யாதொன்றின் மீதும் பாரபட்சமின்றி அளவற்ற அன்பை பொழிகிறார்கள்.

ஒரு ஆசிரியராகவும் அறிவியல் இயக்கத்தின் முக்கிய செயல்பாட்டாளராகவும் இருக்கும் தேனி சுந்தர் தமிழகம் போற்றும் கவிஞர். குடும்பத்தில் தன் குழந்தைகளிடம் இருந்து கற்றலின் மேன்மையை ஒரு ஆசிரியர் எப்படி கற்று தெளிய வேண்டும் எனும் சூட்சமும் அறியப் பெற்றவர்.. எனக்குத் தெரிந்து பல ஆண்டுகளாகவே குழந்தைகளின் ஆரம்ப மொழியின் சுயகற்றலை அவர்களது கொச்சை உரையாடல் மூலம் உற்று கவனித்து அதிலிருந்து குழந்தை மனத்தை ஆய்ந்து அறியும் வித்தையை தனது 'டுஜக் டுஜக்' நூல் மூலம் முன்வைத்து அசத்தியவர். நாள்தோறும் தனது பதிவை மறக்காமல் 'வாட்ஸ்-ஆப்' மூலம் என்னோடு பகிர்ந்தவர். சில நாட்கள் பதியாமல் போனால்... என்ன ஆயிற்று தோழர் என நான் உரிமையோடு கடிந்ததும் உண்டு.

மரியா மாண்டிசோரியும் நோம் சாம்ஸ்கியும் கைகுலுக்கும் ஒரு புள்ளியில் இருந்து ஊற்றெடுக்கும் கவிதைகள் அவருடையவை. வெறும் குழந்தை உரையாடல் தானே என்று நீங்கள் கடந்து போய்விட முடியாது. பல நூற்றாண்டுகளாகவே தொகுக்கப்பட்ட குழந்தையின் வளர்ப்பு, மொழி கற்றல் அடிப்படைகள், சிறார் உளவியல் என பலவற்றை எந்த ஆய்வு நூலும் தத்துவ விசாரமும் இன்றி எளிமையாய் கவிதை ஒவ்வொன்றுமே நமக்கு கற்றுக் கொடுத்து விடுகிறது.

தன் தாய்மொழி எனும் முதல் மொழியை ஒரு குழந்தை எப்படி கற்றுத் தெளிகிறது..? முதன்மை ஆய்வு முடிவுகளின், வாழும் அடையாளமாக முன் உதாரணமாக நாம் புகழ்மதி எனும் குழந்தையிடம் இருந்து கற்கலாம். அனைத்து வகை பாலூட்டிகள், பறவைகளின் குட்டிகளும் குஞ்சுகளும் தங்களது மொழி பற்றிய முழுமைப் பதிவுடனேயே - மரபணு பெற்று தோன்றுகின்றன. பிறந்த கன்று அம்மா என்றும் காக்கைக் குஞ்சுகள் காக்கா என்றும் குரலெழுப்பி விடுகின்றன. ஆனால் மனித குழந்தை மட்டுமே பிறக்கும்போது பராமரிப்பவரின் உதவி இல்லாமல் எதையுமே செய்ய முடியாத நிலையில் பிறக்கிறது. அவ்விதம் பிறக்கும் குழந்தையின் காதுகளில் எல்லாவிதமான ஒலிகளும் தான் விழுகிறது. இருந்தாலும் அதில் தன் தாய்மொழியை தானாகவே உற்று கவனித்து அம்மொழியின் ஓசைகளை முதலில் முயன்று பிறகு அந்த மொழியை தனது

எண்ணங்களை வெளியிட பயன்படுத்துகிறது. குழந்தையின் சுயகற்றல் என்று மாண்டிசோரி இதனை அழைக்கிறார். அதையே கலீல் ஜிப்ரான் கீழ்க்கண்ட கவிதையாக வடிக்கிறார்.

"தாயின் இதயத்தில்
மௌனமாய் இருக்கும் மொழி
குழந்தையின் இதழ்களில் சொற்களாய்
உச்சரிக்கப்படுகிறது...!"

புகழ்மதியின் மொழி மெல்ல மெல்ல மலர்வதை நாம் உணர்கிறோம் தேனி சுந்தர் கவிதை மூலம்... குழந்தைகள் தாயாகி தந்தையாகி விளையாடுகின்றன..

"கீத்தி..
இப்ப நீதான் ஏங்க...
நான் தான் அம்மா...
சடி!"

- இது 2020 செப்டம்பர் மாத பதிவு. அதுவே 2022 ஏப்ரலில் இப்படியாக விரிகிறது.

"கீர்த்தி இன்னிக்கு
ஸ்கூலுக்கு
வந்துச்சா இல்லையா....
பாப்பா..
கைய முன்னாடி வச்சு
ஒவ்வொரு விரலும் நீட்டி...
நேத்தும்... நேத்தும்...
நேத்தும்... நேத்தும்...
நேத்தும்
கீர்த்தி ஸ்கூலுக்கு வரல..!" என்கிறாள்.

மிக அழகான மொழியின் முதிர்ச்சியும் விரலையே எண்ணிக்கையாக கருதும் அற்புத அழகும் விவரிக்கப்படும் இந்த இடம் பல கட்டுரைகளுக்கு சமம். அதனாலேயே குழந்தை மனம் அறிவதில் தேனி சுந்தரின் கவிதை வெற்றி காண்கிறது. இந்த இடத்தை எல்லா அப்பாக்களும் ரசித்தோ ரசிக்காமலோ கடந்து வந்திருப்பார்கள். தேனி சுந்தர் கவித்துவ தேடலும் ஆசிரிய கற்றல் மனமும் துடிக்க அதை எழுத்தில் பதிவு செய்கிறார்.

குழந்தைகளின் மொழி ஆளுமை அவர்களது அறிவு வளர்ச்சியோடு தொடர்புடையது என்பது நோம் சாம்ஸ்கியின் அணுகுமுறை. குழந்தை பள்ளியில் எழுதவும் வாசிக்கவும் கற்றபிறகு அதன் பேச்சு மொழியில் பிரம்மாண்டமான அணுகுமுறை மாற்றம் ஏற்படுகிறது. ஒரு குழந்தை அதன் பின் பள்ளியிலிருந்து மட்டுமே கற்பதில்லை. தான் விழிப்புடன் இருக்கும் எல்லாப் பொழுதுகளிலும் கற்றல் என்பது தன் ஆர்வ தேடலாக உறங்குவது தவிர மீதி நேரம் யாவற்றிலும் தொடர்கிறது என்பது கற்றலின் உளவியல் ஆகும். பேசுதல், சிந்தித்தல் என்பவை நோம் சாம்ஸ்கியை பொருத்தவரை அது மனிதர்கள் மற்றும் அவர்களின் சுற்றுச்சூழலுக்கு இடையிலான தொடர்புகளின் முற்றிலும் கற்றறிந்த விளை பொருளாகவே கருதப் பட வேண்டும். தனித்துவ பரிணாம வளர்ச்சி என்பது ஒவ்வொரு சமூகத்திற்குமான விளைபொருள்.

டார்வின் எனும் சிறுவனின் மொழி கட்டமைப்பு, அறிவுத்தேடல், அனைத்திலிருந்தும் கற்கும் திறன், இவையாவுமே கவித்துவ மொழியில் வெளிவருகின்றன. கேள்விகள் நம் கார்ப்பரேட் கலாச்சார நுணுக்கங்கள் மீதும் விழுந்து துளையிடுகின்றன.

“முன்னாடி போன வண்டியை
பார்த்துட்டு டார்வின் கேட்டான்....
‘என்னாப்பா
அந்த வண்டியில TATA-னு
எழுதிருக்கு?’

அது வண்டியை
தயாரிக்கும் கம்பெனி பேரு..!

நம்ம டிவில வேற
TATA-னு வந்துச்சே..?

ஒரே கம்பெனி
வேற வேற பொருள்
தயாரிச்சு விப்பாங்க...

அப்போ
TATA SKY னு போட்டிருக்கு..

வானத்தையும்
தயாரிச்சு விப்பாங்களா...?!"

- மகா வாக்கியம் இது.! இப்படியான கேள்விகளுக்கு நமது வகுப்பறைகளில் இடம் இருக்கிறதா அல்லது இப்படியான ஒரு விளாசலை ஆசிரியர் எப்படி கடந்து போவார் என நாம் சிந்திக்கிறோம். இதைத்தான் நோம் சாம்ஸ்கி 'தூண்டல் பகுத்தறிவு' என்று அழைக்கிறார். மனிதன் தனது சொந்த பகுத்தறிவு தூண்டல்களால் எப்போதும் மொழியை முற்றிலும் புரிந்து கொண்டு உருவாக்கும் திறனைப் பெறுகிறான். ஒரு பூனைக்குட்டி ஒருபோதும் அத்திறனை பெறாது. சாம்ஸ்கி இந்தத் திறனில் உள்ள அறிவுவேட்கையை மொழியை கையகப்படுத்தும் சாதனம் என்று குறிப்பிட்டார். ஒவ்வொரு பத்தாண்டுகளுக்கும் ஒரு முறை பொதுமொழியாடலின் அறிவு அம்சங்கள் அப்போதைய அரசியல் பொருளாதார சூழலால் தனித்தெடுக்கப் படுகின்றன என்பார் அவர்.

துணி எடுக்கப்போன இடத்தில் நடந்ததைச் சொல்லும் ஒரு பதிவு..

"கடைசில சொல்றான்
எனக்கு சிவப்பு வேணாம்...

ஏன்டா?

சிவப்பு சட்டை போட்டா
காளை மாடு முட்டிபுடும்..!"

குழந்தைகள் நல்லதோ கெட்டதோ சமூகத்திடமிருந்தே கற்கிறார்கள்... இதோ இன்னொன்று 'கடைக்கு சாப்பிட போனோம்' என்று தொடங்கும் கவிதை..

பக்கத்து டேபிளை
சிவப்பா ஒருத்தரு
சுத்தப்படுத்திக்கிருந்தாரு...
இன்னொருத்தர்
இலை எடுத்தாரு..

டார்வின் கேட்டான்..
ஏம்பா..
இவங்களெல்லாம் சீனாவா..?

எனக்குப் பசி வேற..
வடகிழக்கு மாநில
விளக்கமெல்லாம் எதுக்கு..
ஆமாம்னு சொன்னேன்..

உடனே கேக்குறான்..
அப்ப நமக்கு கொரானா வந்துடாதா..?
என்னப்பா நிய்யீ...!

கொரானா எனும் நோய்தொற்று சீனாவில் இருந்து வந்த சதி எனும் கோயபல்ஸ் டிரம்பின்வாதம் இந்த சிறுவனின் வாயில் திணிக்கப்பட்டது எப்படி..? இப்படியான விளாசல்களை நாம் இந்தத் தொகுப்பு முழுதும் வாசித்து நேசிக்கிறோம்.

குழந்தை மொழியியலில் தமிழ் சூழலுக்கு முற்றிலும் புதிதாக சிறார் மனம் வாசிக்க தருகிறார் தேனி சுந்தர்...

சீமையில் இல்லாத புத்தகத்தை புரட்ட புரட்ட அது நம்மை புரட்டிப் போட்டு ஆசிரிய மனம், பெற்றோர் மனம், சிறுவர் நேச மனம்.... என எல்லாவற்றையும் விழிப்படைய வைக்கிறது..

"நீங்கள் வில் மட்டும் தான்
குழந்தைகள் அம்புகள்..
இயற்கை எனும் வில்லாளி
உங்களை வளைத்து இழுத்து
அவர்களை எய்கிறான்...
வளைவதில் திருப்தி அடையுங்கள்..
அம்பின் இலக்கை
முடிவு செய்யும் உரிமையை
இயற்கையிடம் விட்டுவிடுங்கள்.."

- என்பார் கலீல் ஜிப்ரான்...

தேனி சுந்தரின் அம்புகள் திக்கெட்டும் பறந்து ஜனநாயக வீடுகளை, மாணவர் மைய வகுப்பறைகளை சாதிக்கட்டும். அனைவருமே வாசிக்க வேண்டிய பாடங்கள் இந்த தொகுப்பு முழுதும் உள்ளன... வாழ்த்துக்கள்.

ஆயிஷா. இரா.நடராசன்
கடலூர்

என்னுரை...

"டுஜக் டுஜக் : ஒரு அப்பாவின் டைரி" நூல் குறித்து நமக்கு உற்சாகமூட்டும் நேர்மறையான கருத்துகள், வாசிப்பு அனுபவங்கள் தொடர்ந்து வந்து கொண்டே இருக்கின்றன.. *"கையில் இருந்த மூடிய புத்தகம் ஒரு தூங்கும் குழந்தையைப் போலவே இருந்தது"* எனவும் *"நூலில் உரையாடும் டார்வின், புகழ்மதியுடன் தாமும் இருந்து பேசியது போன்ற அனுபவம் கிடைத்தது"* எனவும் *"டுஜக் டுஜக் நூலை வாசித்த பிறகு மன அழுத்தம் குறைந்தது"* எனவும் பல நண்பர்கள் குறிப்பிட்டிருந்தனர்.. அந்தப் பெருமை இந்த நூலுக்கு உரியது மட்டுமல்ல.. உலகில் பிறக்கும் ஒவ்வொரு குழந்தைக்கும் உரியது..!

தவிர, டுஜக் டுஜக் நூல் இரண்டு முக்கிய விவாதங்களை உருவாக்கியது.. ஒன்று தலைப்பு குறித்தது.. மற்றொன்று வடிவம் குறித்தது..! ஆம், அதென்ன டுஜக் டுஜக்..? கேட்டவர்கள் ஏராளம்..

கம்பத்தில் நண்பர் திலீபன் நூலைப் பெற்றுக் கொண்டு ஒரு புகைப்படம் எடுக்க வேண்டும் என்றார். அருகிலிருந்த, முன்பின் தெரியாத ஒரு நண்பரிடம் செல்போனைக் கொடுத்து ஒரு படம் எடுக்கச் சொன்னோம். புகைப்படம் எடுக்கத் தயாரானவர், தலைப்பைப் பார்த்து விட்டு திடுக்கிட்டு நின்றார். வேறு பேரே கிடைக்கவில்லையா.. டுஜக் டுஜக் - ஒரு முறை சொல்லிப் பார்த்துவிட்டு *"தமிழை அழிக்கிறதுக்கென்றே இப்படி பேரு வைக்கிறிங்க..!?"* என்றார். சரி, அவருக்கு விளக்கம் சொல்லலாம் என்று நினைத்து *"அண்ணே, உங்க பேரு..?"* என்றேன். *"ம்ம்.. சாமானியன்..!"* என்று சொல்லிவிட்டுக் கிளம்பினார். அம்புட்டு கோபம் அவருக்கு..!

அதே போல இது என்ன வடிவம்..? கட்டுரையா.. கவிதையா.. உரையாடலா..? பட்டிமன்றம் நடத்தாத குறை தான்..! நான் மிகவும் நேசிக்கும், தமிழகம் நன்கு அறிந்த ஆளுமைகளிடம் இருந்து கிடைத்த பின்னூட்டங்கள் அதற்கான தெளிவான பதிலைச் சொல்லின. எனக்கும் சேர்த்து..!

"டுஜக் டுஜக்: ஒரு புதிய வகை இலக்கியம்.. இதை வாசிப்பவர் இல்லங்களில் உரையாடல் பெருகும்..!" - கல்வியாளர் பேரா. ச.மாடசாமி

"குழந்தைப் பருவப்பேச்சு என்பது ஒரு காலத்தின் மனநிலையின் வெளிப்பாடு. அதை இப்படி ஒருவர் தட்டானைப் பிடிப்பது போல எழுத்தில் 'கப்'பெனப் பிடித்து நம்மிடம் கொண்டு வந்து கொடுப்பார் என எதிர்பார்க்கவில்லை... இது தமிழில் ஒரு புதிய முயற்சி.. எதிர்பாராத சந்தோஷம்... எதிர்பாராத பரிசு... எதிர்பாராத பொக்கிஷம் இந்தப் புத்தகம்..!" - எழுத்தாளர் தோழர் ச.தமிழ்ச்செல்வன்

ஆக, டுஜக் டுஜக் : ஒரு அப்பாவின் டைரி, குழந்தைகள் குறித்த, இதுவரை இல்லாத, ஒரு புதிய வடிவத்தில் வெளிவந்த ஒரு நூல் என்பதில் உள்ளபடியே மிக்க மகிழ்ச்சியும் பெருமையும் கொள்கிறேன்.. எந்த மெனக்கெடலும் இல்லாமல் போகிற போக்கில் உருவான நூல், இந்த அளவிற்கு வரவேற்பு பெறும்.. கொண்டாடப்படும் என்று நான் ஒருபோதும் நினைக்கவில்லை.. அவ்வளவு சந்தோசமாக இருக்கிறது..!

பில்டப்.. கொஞ்சம் அதிகமாக தான் இருக்கு.. ஏதோ பெருமை பேசுற மாதிரியே இருக்கு இல்லையா.. இதை அப்படியே எங்க ஊர்ப்பக்கம் பேசினால் ஆமா, *"பெரிய்ய்ய.. சீமையில் இல்லாத புத்தகம் எழுதுனவன், ரொம்ப தான் பீத்துறான்.."* என்பார்கள்.. இந்நூலின் வாசிப்பு அனுபவங்களே தனி நூலாக உருவாகி வருகிறது. அதையும் சமூக வலைத் தளங்களில், நண்பர்களுக்கு தனிப் பதிவுகளில் அவ்வப்போது தொடர்ந்து அனுப்பி வந்தேன்.. அவர்களில் சிலரும் மனதிற்குள் நினைத்திருக்க கூடும்.. *"சீமையில் இல்லாத புத்தகம் எழுதுனவன்.. தினமும் இதே வேலை தான் இவனுக்கு..!"*

டுஜக் டுஜக் நூலுக்கு கிடைத்த, நூலினால் கிடைத்த அந்தப் பெயரையே அந்நூலின் தொடர்ச்சியாக உருவாகி உங்கள் கைகளில் இருக்கும் இந்த புத்தகத்துக்கான தலைப்பாக வச்சாச்சு.. சீமையில் இல்லாத புத்தகம் - எப்படி இருக்கு..? நீங்க தான் சொல்லணும்..

குழந்தைகள் ஒவ்வொரு நாளும் கற்கிறார்கள்.. ஒவ்வொன்றில் இருந்தும் கற்கிறார்கள்.. அவர்களின் கேள்வியும் உரையாடலும் நேற்று போலவே இன்று இருப்பதில்லை.. செடிகளில் ஒவ்வொரு நாளும் புதிய புதிய பூக்கள் பூக்கின்றன. ஆனால் குழந்தைகளோ ஒவ்வொரு தருணத்திலும் புதிதாய்ப்

பூக்கின்றனர்.. ரசிப்பதற்கு, கற்பதற்கு நிறைய இருக்கு. நாம் தான் ரசிக்கப் பழக வேண்டும்..! அவர்களைப் பழக்குவதிலேயே குறியாக இருக்கும் நாம் கொஞ்சம் அவர்களிடமிருந்து பழகுவதற்கும் கற்றுக் கொள்ள வேண்டும்..

நிறைவாக, இந்நூலின் ஊற்றுக் கண்ணாக இருந்து என் எழுத்துகளை வழிநடத்தும் புகழ்மதி, டார்வின் இருவருக்கும் அன்பு முத்தங்கள்.. தனது இடையறாத விளையாட்டுகளுக்கு இடையே நேரம் ஒதுக்கி சொன்ன படங்களை டகார்..டகார்.. என வரைந்து கொடுத்த எனது "செல்ல மகன்" டார்வினுக்கு கூடுதலாய் ரெண்டு முத்தங்கள்.. உடனுக்குடன் வாசித்து திருத்தங்கள் கூறி செழுமைப்படுத்திய எனது இணையர் அருணா, சரிபார்ப்பில் உதவிய நண்பர்கள் முத்துக்கண்ணன், விமலா, தம்பி சத்யன் உள்ளிட்ட அனைவருக்கும் எனது மனமார்ந்த நன்றிகள்..

நூலுக்கு மணி மகுடம் போல மிக அற்புதமான அணிந்துரைகளை வழங்கிய அன்புத் தோழர்கள் ச.தமிழ்ச்செல்வன், ஆயிசா நடராசன் அவர்களுக்கும் தொடர்ந்து ஆதரவளிக்கும் பாரதி புத்தகாலயம் தோழர்கள் நாகராஜன், அபினேஷ், ரவி, ரமேஷ், தங்கராஜ், காளத்தி உள்ளிட்ட அனைவருக்கும் எனது அன்பும் நன்றியும்... இதோ, இதை பொறுமையாக வாசித்துக் கொண்டிருக்கும் உங்களுக்கும் எனது மனமார்ந்த நன்றிகள்.. மீண்டும் சந்திப்போம்..!

- தேனி சுந்தர்

கைபேசி: 9047140584

ஏங்க
பாப்பாவ எங்கக் காணோம்..?

இந்தா
வெளாண்டுக்ருக்குல..

பாப்பாவுக்கு பாலு வேணுமா..

ஆமா, வேணுமாம்..!

பொறுங்க..
டம்ளரக் கழுவி
பாலாத்திக்கு வாரேன்..

சடி..

ஏங்க.. ஒங்களுக்கு..?

எனக்குந் தான் வேணும்..

சடி
கொண்டுக்கு வாரேன்..

இந்தாங்க பாலு..
இந்தா பாப்பா
ஒனக்குப் பாலு..
கொட்டிப்புடாம குடிக்கணும்..!

கீத்தி...
இப்ப நீ தான் ஏங்க..
நாந்தான் அம்மா...

சடி..!

23/09/2020

***

ஏய் புலல் (புகழ்)..!
உங்க அப்பா என்னமோ
வாங்கி வந்திருக்காங்கன்னு
கீர்த்தி ஒரு வார்த்த சொல்ல..
அதுக்கு புகழ்மதியின் பேருரை..
கீத்தி (கீர்த்தி)...
எங்க அப்பா உனக்கு மாமா..!
எங்க அம்மா உனக்கு அத்த..!

லத்திகாவுக்கும்
தேவ்சனாவுக்கும் மாமா..
எனக்கு அப்பா..!

கவினுக்கு
எங்க அப்பா பெரியப்பா..
எங்க அம்மா பெரியம்மா
வேணும் கீத்தி..

நான் என்ன
ஒனக்கு கொறஞ்ச ஆளா..?
பதிலுக்கு கீர்த்தியின் விளக்க உரை..

எங்க அப்பா..
டார்வினுக்கும்... கவினுக்கும்....
சர்வினுக்கும்... ஒனக்கும்...
மாமா வேணும் புலல்..!

எங்க அம்மா..
டார்வினுக்கும்... கவினுக்கும்...
சர்வினுக்கும்... ஒனக்கும்...
அத்த வேணும் புலல் ..!

எனக்கு அப்பத்தா..
உனக்கு அம்மாச்சி வேணும் கீத்தி..!
இன்னும் முடியல...
போய்க்கே இருக்கு..
இன்னொரு ரவுண்டு வருவாய்ங்க..!

29/08/2021

***

அறுபது பக்க புத்தகத்த
அஞ்சே நிமிஷத்துல
படிக்க முடியுமா...?

புகழ்மதி படிச்சுட்டாங்க...

ஒவ்வொரு பக்கமா
புரட்டுவாங்க..
படம் இருக்கும்
பக்கத்த மட்டும் பாப்பாங்க..!

இது அம்மா..
இது அண்ணன்..

இது அக்கா..
இது அப்பா...

இது போனு..
இது வீடு..

இது டிவி..
இது மரம்..

இது போனு..
இது குருவி..
இது கண்ணாடி..
இது காரு..
இது பாட்டில் தண்ணீ..

நான் படிச்சு முடிச்சுட்டேம்ப்பா..
இன்னொரு தடவ படிக்கவா..?

ம்ம்... சூப்பர் பாப்பா..!

06/06/2021

***

நானும் பாப்பாவும்
டிவி பாத்துக்கிட்டு இருந்தோம்..

மூன்றாம் பிறை படத்துல
இருந்து பாட்டு ஓடுச்சு..
அத பாத்துக்கிட்டே
பாப்பா சொன்னாங்க ..
அங்க பாருப்பா
அந்த நாய்க்குட்டி
அவங்க அம்மாகிட்ட ஓடுது..
அங்க பாருப்பா
அவங்க அப்பாகிட்ட ஓடுது...

நல்லவேளை..
இந்த விஷயம்
கமலஹாசனுக்குத் தெரியாது..!

அப்போ...
வீடுகள்ல இருக்கிற
ஆடு, மாடு, பூனைகளோட
அப்பா அம்மான்னு
யார நினைச்சிருக்கும்
நம்ம பாப்பா..?

22/08/2020

***

ஒனக்கு காய்ச்ச தானம்மா
வீட்லயே இரும்மா..

ஆமா..
நாந்தான் ஆசப்பட்டு
போய்க்கிருக்கென்..
பேசாம இரு பாப்பா..!

ம்மா
எங்கூடவே இரும்மா..
ந்தா..
ஒங்கொப்பன் கிட்ட சொல்லு..!

ப்பா..
அம்மாவ ஆப்பீசுக்கு
கூப்ட்டுக்கு போவாதப்பா..

லீவு தர மாட்டாங்க பாப்பா..!
நீ தான அம்மாவ
போயிப் போயி
அங்க
விட்டுட்டு விட்டுட்டு வார..!?

போகலன்னா
திட்டுவாங்க பாப்பா..!

பொய்யி.. பொய்யி..!

8/01/22

***

என்னய தூக்குப்பா..
ம்...
எந்திரிச்சு நின்டு
தூக்குப்பா...

ம்.. தூக்கியாச்சு..
மேல தூக்கிப் போடுப்பா..
ம்... போட்டாச்சு..

முத்தம் குடுப்பா...
ம்.. குடுத்தாச்சு..
இய்யும் அம்மாவும்
என்னய மட்டுந்தான் தூக்கணும்...

சரி பாப்பா..

எங்கயோ ஏதோ சம்பவம்...
நடந்துருக்கு..
யாரோ ஒரு அப்பா..
யாரோ ஒரு பாப்பா..
கொஞ்சல் நடந்திருக்கணும்..!
இல்ல
கிண்டல் நடந்திருக்கணும்..!
அதான் இந்த ரியாக்ஷன்..
எங்க அப்பாவுந்தான்
என்னய தூக்குச்சு..
தூக்கிப் போட்டு புடிச்சுச்சு..!
எங்க அப்பாவுந்தான்
எனக்கு முத்தங்குடுத்துச்சு..
எங்க அப்பாவுந்தான்
ஏங்கூட வெளையாடுனாரு..!

சம்பந்தப்பட்ட பாப்பாவுக்கு
நாளைக்கு இருக்கு பதிலடி...!

05/09/2020

***

கொஞ்சம்
உயரமான சைக்கிள்தான்..

வாடா ஓட்டிப் பழகுவோம்னு
அப்பப்போ கூப்டுவேன்..
தயங்குவான்..
நைசா தப்பிச்சு ஓடிருவான்..

காசுக்குப் புடிச்ச கேடு..
வாங்கி, வெட்டியாக் கிடக்கு..
யாருக்காச்சும்
தூக்கிக் குடுத்து விட்ரணும்..
கப்பக் கிழங்குக்காரரு வரட்டும்..
குடுத்துட்டு கிழங்கு வாங்குறேன்..

என்னன்னமோ சொன்னேன்..
ஒண்ணும் வேலைக்கு ஆகல..
கொஞ்ச நாள் கழிச்சு
சித்தப்பன் மேல
நம்பிக்கை வச்சு
ஓட்டிப் பழகிட்டான்..

இப்போ..
ரெண்டு கால்களுக்கும்
றெக்கை முளச்சது போல
தெருவின் ரெண்டு முனைக்கும்
ஓட்டி ஓட்டி...
ஓட்டி ஓட்டி ரசிக்கிறான்..

இப்ப கேக்குறான்..
இருட்டாகிருச்சு..
பைக்ல இருக்குறமாரி
இதுலயும்
லைட் வச்சுக் குடுப்பா..

19/07/2020

***

வாயில ஒண்ணு
கையில ஒண்ணு
எத்தன சாக்லட்டு..

வேணாம் பாப்பா..
பல்லு பூராம்
சொத்தையாப் போகும்..

சொத்தையா போவாதுப்பா..
சாக்லட்டு சாப்பிட்டா
இரும வராது.
ஒனக்கு தெரியாதா..?

இரும வராதா..
யாரு சொன்னது..?

அப்பத்தா..

அவங்க சொன்னது
ஹால்ஸ் மிட்டாயி..
இந்த மேடத்துக்கு மட்டும்
சாக்லெட்டுன்னு கேட்ருக்கு..!

27/09/2020

***

இங்க பாரு பாப்பா...
அண்ணனும் நீயும்
இப்படியே
சேட்ட பண்ணிக்கிட்டு இருந்தீங்க..
உங்கள விட்டுப்புட்டு
அம்மாச்சி வீட்டுக்குப் போயிருவேன்
பாத்துக்க...
அப்புறம் நீங்களாதான் இருக்கணும்...!

அம்மாவுக்கு
பாப்பா பதில் சொன்னாங்க..

அதெல்லாம் போவக் கூடாது..!

அப்ப அம்மா
ஆஸ்டலுக்குப் போகட்டுமா..

போவக் கூடாது..!

ஆபீஸ்லயே இருந்துக்கிறேன்..

இருக்கக் கூடாது..!

சும்மா இருக்கமாட்டாப்ல
நான் சொன்னேன்..

அம்மா போகும் போது
பாப்பா தான்
டிப்பன எடுத்து... நல்லா....க் கழுவி...
சாப்பாடு போட்டுக் கொடுக்குமாம்..
அப்புறம் டிரஸ்'லாம் எடுத்து....
பையில வச்சு.....
அம்மாகிட்ட கொடுக்குமாம்...
சரியா பாப்பா..?

ம்ம்... சரிப்பா...?
எப்பம்மா போவ...?
சொல்லுமா..
நீ எப்பம்மா போவ....?

12/08/2020

***

கீழ
அப்பத்தாவின் பேச்சொலி கேட்டு
முழிப்பு வந்துருச்சு அவனுக்கு..
நறுக்குன்னு கால மிதிச்சு
கடந்து போனான்..

விடியல..
இன்னும் இருட்டா தான் இருக்கு..

போடி.. போ...
கதவ திறக்கணும்ல..
என்னயத்தான கூப்பிடனும்..
தூங்குற மாரியே படுத்திருந்தேன்..

அங்குன கெடந்த சேரைத்
தூக்கிப் போட்டான்
கதவ தொறந்தான்..
போடா பொக்கன்னு
ஒரு பார்வை பார்த்துட்டு
கீழ போயிட்டான்...
போன தலைவரு
அங்க போயி தூங்கிட்டாரு..
எட்டு மணிக்கு
எந்திரிச்சு வந்தவன் கேக்குறான்..

உம் பக்கத்துல தானப்பா
படுத்திருந்தேன்..
எப்புடி கீழ இருந்து
வந்தேன் பாத்தியா..

அட ஆமா.. எப்டிடா..?

அதெல்லாம் மேஜிக்..
ஒனக்கு ஒண்ணும் தெரியாது..!

29/08/2020

***

வண்டிய நான் ஓட்டுறேன்ப்பா..
கைய எடுப்பா...
அய்யோ...
சொல்றதவே
கேக்க மாட்டாய்ங்க..
காது கேக்குதா இல்லையாப்பா..?
- இது டார்வின்..!

கொஞ்சமா போப்பா..
காத்து என்னய
அடிச்சுக் கிட்டே இருக்கு..
ஏ.. ஆத்து.. ஆத்து.. ஆத்து..
ஏ.. தண்ணி... தண்ணி.. தண்ணி..
ஏ.. கொக்கு.. கொக்கு.. கொக்கு..
ஏ.. மாடு.. மாடு... மாடு..
ஏ.. காக்கா.. காக்கா.. காக்கா...
- இது பாப்பா...

மேடு பள்ளம் பாத்து
போனாதான் என்ன
டங்கு.. டங்கு.. டங்குன்னு..!
தொலஞ்சு அவய்ங்களே
முன்னாடி போய்ட்டு போறாய்ங்க..
பேசாம வீட்லய இருந்துருக்கலாம்...
- இது பெரிய மேடம்..!

குடும்பத்தோட பைக்குல
போயி வாரது கூட
சாதனை கணக்குல தான்
சேரும் போல..!

04/09/2020

***

இது
இந்தியா டீம் இல்லையாப்பா..
விராட் கோலி
மஞ்சக் கலர் டிரெஸ்
போட்ருக்கான்..

அது
விராட் கோலி இல்லடா
தோனி..

ஆமாமாம் தோனி..
அன்னைக்கி தானப்பா
தோனி செத்துப் போனான்..
அப்புறம் எப்படிப்பா
மறுபடியும்
வெளாட வந்தான்..
அப்ப ரெண்டு தோனியா..?

அடேய்..
தோனி நல்லா தாண்டா
இருக்காரு..
செத்தது
சினிமால தோனிமாரி நடிச்சவரு..!

24/09/2020

***

இன்னைக்கு டார்வின்
ரெண்டு மூணு மயிலிறகு
வச்சிருந்தான்..
அத எடுத்துக் காட்டி கேட்டான்...

'இத புக்ல வச்சா
நல்லா படிப்பு வருமாக்கும்ப்பா..?!'

குட்டி போடும்னு தான
எப்பவும் சொல்லுவாய்ங்க..?!

இல்லப்பா..
எங்க ஸ்கூல்ல..
இத வச்சா நல்லா படிப்பு வரும்னு
சொல்றாய்ங்க...!

இத வச்சாலும் வைக்காட்டியும்
நம்ம தான படிக்கணும்!?

அதான்ம்ப்பா..
எனக்கு டவுட்டாவே இருந்துச்சு..!

பக்கத்துல
லவ் பேர்ட் இறகு
ஒண்ணு கெடந்துச்சு..
அத எடுத்துக் கிட்டு சொன்னான்...

'இத புக்ல வச்சா குஞ்சு பொரிக்கும்னு
சும்மாச்சுக்கும் சொல்லி விட்டுர்றேன்..
நம்மளவே ஏமாத்திக்கிருக்காய்ங்க..!?'

25/03/22

***

டார்வின்
இன்னைக்கு ஒரு விசயம்
கண்டுபிடிச்சுருக்கான்..

ப்பா..
நாய்க்கும் அறிவு இருக்குப்பா..!

எப்டி சொல்ற..??

ரெண்டு பக்கமும் பாதை
இருந்துச்சு..
நாங்க ரெண்டு பக்கமும் நின்னு
மாறி மாறி
அத வெரட்டுனோம்..

ம்ம்..

அதுக்குள்ள
இன்னொரு குறுக்குப் பாதைய
கண்டுபிடிச்சு ஓடிருச்சுப்பா..!!

அப்ப சரி தான்..
நாய்க்கும் அறிவு இருக்கு!!

03/04/22

***

ரெண்டு பேர்லாம்
வச்சு சமாளிக்க முடியல...
யாராவது ஒருத்தரு
ஆஸ்டலுக்குப் போயிருங்க..
இல்லாட்டி
நான் ஆஸ்டலுக்குப் போறேன்..
- பெரிய மேடம்
டென்ஷன் ஆயிட்டாங்க..!

நான் சொன்னேன்..
ஆமாண்டா டார்வின்..
அம்மா பாவம்ல..
நீ இப்ப பெரிய பையனாயிட்ட.
ஆஸ்டலுக்குப் போயிரு..
வாரவாரம் வந்து பாக்குறோம்..!

நான்லாம் போகமாட்டேன்பா..
நீங்க வேணும்னா
வேற வீட்டுக்குப் போங்க..
- அவன் நமக்கு கோளாறு சொல்றான்..!

சரி பாப்பா என்ன சொல்லுதுன்னு
பாப்போம்..
அண்ணன் பயப்புடுறான்
நம்ம அண்ணன்..
பாவம்ல..
நீதான் கெட்டிக்கார பாப்பா..
தைரியமான புள்ள..
நீ ஆஸ்டலுக்குப் போயிரு..!

நீ போப்பா.. லூசப்பா..!

03/10/2020

***

இங்க தானப்பா
அன்னைக்கி வாத்து பாத்தோம்..

ஆமா..

வாத்தெல்லாம் எங்க போச்சு?

வேற ஊருப் பக்கம்
பத்திட்டு போயிருப்பாங்க..
வாத்த எதுக்குப்பா
வயலுக்குள்ள விடுறாங்க..

புழு பூச்சிலாம் இருக்கும்
அதெல்லாம் வாத்து சாப்பிடும்..

புழு பூச்சிலாம் இருந்தா
நெல்லு வளராதா..

வளரும்..
அப்ப எதுக்கு வாத்து வந்து
புழு பூச்சிய திங்குது..?
சொல்லுப்பா..!

புழு பூச்சி வாத்தோட உணவு..
வாத்து மனுசனோட உணவு..
கடைசில செத்துப் போன பெறகு
மனுசன் புழு பூச்சிக்கு உணவு..!

ஏற்கெனவே செத்துப் போன பூச்சி
எப்படிப்பா மறுபடியும் வந்து
மனுசன திங்கும்..?

அவங்க சொந்தக்கார பூச்சி
வந்து திங்கும்.!
பேசாம வாடா..
அப்பாவுக்கு பசிக்குது..!

07/10/2020

***

எல்லா வண்டிலயும்
நம்பர் போட்ருக்காங்க...

எல்லா வண்டியும்
ஒரேமாரி இருந்தா
எதெது யாரு வண்டின்னு
எப்பிடித் தெரியும்..?
அதுக்குதான்
ஒவ்வொரு வண்டிக்கும்
ஒரொரு நம்பர்..

வண்டி வாங்குறப்பவே
நம்பர் எழுதி
மாட்டி விட்ருவாங்களாப்பா..

ஒரு வாரம்..
இல்லாட்டி
பத்து நாளு கழிச்சு கொடுப்பாங்க..
அப்ப
அந்த வண்டில இருக்கற
நம்பருக்கு போன்போட்டா
அந்த வண்டிக்காரங்க
எடுத்துப் பேசுவாங்களா...?
...!

16.10.2020

***

எல்லாரும்
படுக்க ரெடி ஆயாச்சு..!

கதவுக் கிட்ட
உக்காந்திருந்த பாப்பா
திடீர்னு ஒரே அழுகை..!

என்னா பாப்பா..
என்னாச்சு..?

அண்ணன்
சாப்பிடாம படுக்குறான்..

இப்ப தான
எல்லாரும் சாப்பிட்டோம்..

நான் ஆக்கி வச்சத
சாப்பிடணும்..

பாப்பா பாவம்டா..
கஷ்டப்பட்டு ஆக்கிருக்கும்..
கொஞ்சம் சாப்பிட்டு படுறா..!

பாப்பாவோட
அடுப்பு, சட்டி பானை
பொருளெல்லாம்
வரிசையா இருந்துச்சு..
அதுல
ஒரு டப்பா மூடிய எடுத்து
சாப்பிடுவது போல
பாவ்லா பண்ணி வச்சிட்டான்..!

உடனே பாப்பா..
அதுல இன்னும்
நான் சாப்பாடே போடல..

சரி, போடு போடு..

சாப்பாடு போடுவது போல
பாப்பா..

சாப்பிடுவது போல
டார்வின்..!

அப்பவும் விடல..
இன்னும் நான்
கொழம்பே ஊத்தல..

சரி ஊத்து ஊத்து..
மறுபடியும் பாவ்லா..!

என்ன பாப்பா..
அண்ணன் சாப்பிட்டானா?

ம்ம்...

இப்ப தூங்கலாமா..?

ம்ம்...!

இதுக்குப் போயா
இம்புட்டு அழுகை...!

ம்ம்.. ஆக்கி வச்சது
வீணாப் போம்ல..!

26/01/22

***

எப்பப்பா
லவ் பேர்ட்ஸ்
முட்ட போடும்..?

போடும் போடும்..

அதான்ப்பா எப்ப போடும்...?

அப்பாவுக்கு மீச இருக்கு..
உனக்கு இருக்கா..?

இல்ல..

நீயும் பெரிய ஆளா
வளந்த பெறகு
தானா மொளைக்கும்..

எனக்குமா...?

ஆமா..
குட்டிச் செடி வளந்து
பெரிசான பெறகு தான்
காய் காய்க்கும்..
அதுமாரி
குஞ்சு வளந்து
கோழியான பெறகு தான்
முட்ட போடும்..

எல்லாப் பறவையும்
முட்ட போடுமாப்பா..??

எல்லா பறவையும் போடாது...
எதுக்குப்பா...?

கேப்பு விடாம கேட்டா எப்பிடி?
கொஞ்சம் பொர்றா...!

18/04/2021

***

மேல்.. ஃபீமேல்..னா
என்னாப்பா..?

இத எங்கடா பாத்த..

ம்ம்.. யூடியூப்ல..

மேல்னா ஆண்...
ஃபீமேல்னா பெண்...
ஏன் கேக்குற..?

பீமேல் பறவைதான்
முட்ட போடுமாப்பா..

அதான்
அப்பா நேத்தே சொன்னேன்ல...

சரி..
நம்ம லவ் பேர்ட்ஸ்ல
எது மேல் எது ஃபீமேல்னு
தெரியுமாப்பா..?

இத வாங்கும்போதே
சொன்னேன்ல..
என்னென்ன கேக்கணுமோ
எல்லாத்தையும்
கடக்காரங்க கிட்ட கேட்டுக்கன்னு...!

அப்பாடா..
அமைதி ஆயிட்டான்..!

19/04/2021

***

நேத்து நைட்டு
பத்து மணிக்கு மேல இருக்கும்.
லைட்ட அமத்திட்டு
படுத்துட்டோம்..

டம்முன்னு எதோ
சத்தம் கேக்குதுப்பா..
மேல இருந்து என்னமோ
விழுகுற மாதிரி இருக்குப்பா..
எந்திரிச்சு போயி பாத்தான் டார்வின்..

எதுவும் விழுகல..
அந்த தெருவுல யாரோ
சண்ட போடுறாங்க..
அதான் சத்தம்.. பேசாம படு..!!

விடல அவன்..
கதவ திறந்து எட்டிப் பாத்துட்டு
ஆமாப்பா.. கூட்டமா இருக்கு..!!

அதான் சொன்னேன்ல படு..!

எதுக்குப்பா சண்ட போடுறாங்க..?!

அன்னைக்கு நம்ம தெருவுல
சண்ட போட்டாங்க..
இன்னைக்கு அந்த தெருவுல..
ஸ்கூலுக்குப் போற தெருவுலயும்
சண்ட போடுறாங்க..

எதுக்குப்பா
எல்லாரும் சண்ட போடுறாங்க..?!

06/04/22

***

இன்னைக்கு சந்திர கிரகணம்..

பேப்பர்ல படமும் செய்தியும்
போட்டிருந்தாங்க....!
உடனே நம்ம புகழ்மதி..

இது பேய் நெலாப்பா..
இதே மாரி நெலா
நேத்து டிவிலயும் வந்துச்சுப்பா..
ஒரு கறுப்பு நெலா
இப்பிடியே போகும்..!

அப்பிடியா.. எப்ப பாத்தீங்க..?

அப்போஉத பாத்தோம்..
நிலா படம் போட்ட புக்கு
நம்ம வீட்லயும் இருக்குலப்பா..?

ஆமாம் பாப்பா..
அப்பா மறந்தே போய்ட்டேன்..
எங்க வச்சேன்னு தெரியலயே..!

நான் கண்டுபுடிக்கிறேன்ப்பா..!

வெரிகுட் பாப்பா.!

டார்வின் கேட்டான்,
அப்ப நம்மூர்லயும்
இத பாக்கலாமாப்பா..?

நம்மூர்ல தெரியாது!

நிலா இங்க வராம
வேற எங்க போகும்..?

26/05/2021

***

எப்பவுமே பாப்பாவுக்கு
அப்பா தான்
குளிச்சு விடணும்..

உள்ள போனோம்..
பாத்ரூம் கழுவுற பிரஷ்
கைபிடி ஒடஞ்சு கிடந்துச்சு..!
(பிரச்சினை!)

யாருப்பா இத உடைச்சது..?
(கேள்வி.!)

தவளயாப்பா ஒடச்சிருக்கும்..?
கதவ அடைச்சு தான
வச்சுருந்தோம்..!
அப்ப எது வழியா வந்திருக்கும்..?
ஆயி இருக்குற
கோப்பை வழியா வருமாப்பா..?
(பாப்பாவின் கருதுகோள்கள்..!!)

இதுக்குப் பேரு தான
அறிவியல் வழிமுறை.

02/06/2021

***

டார்வின்
நேத்து முழுவதும்
விதவிதமான முகமூடிகள்
செய்ற வேலையில
இறங்கிட்டான்..

இன்னைக்கு சொன்னான்..
அப்பா...
நான் செஞ்ச முகமூடிலாம்
கிஷோரு.. கவினு.. அக்கா..
எல்லாருக்குமே பிடிச்சுக்கிருச்சு...
ஆளுக்கொன்னு
எடுத்துக்கிட்டாங்க.
ரெண்டு பேருக்கு பத்தல..
இன்னும் செய்யணும்..!

அதுக்கு நம்ம பாப்பா
சொல்றாங்க...
நீ எதுக்கு அண்ணே
வெளியில
கொண்டு போன..
அதான் எடுத்துக்கிட்டாங்க..!

ம்ம்...
அவங்களுக்கு தான
நான் செஞ்சேன்..
பிடிச்சிருக்கு எடுத்துக்கிட்டாங்க...!

நீ எதுக்குண்ணே
வெளியில
கொண்டு போன...?

அது
அவங்களுக்கு தான பாப்பா..!

போடா லூசு அண்ணே..!

11/06/2021

***

நேத்தும்
புத்தகங்களை வச்சு
விளையாடினோம்..

அப்பா...
இந்த புத்தகமும்
இந்த புத்தகமும்
ஒரே மேட்ச்சா இருக்குப்பா..

அப்பா...
இந்த புத்தகமும்
என் சட்டையும்
ஒரே மேட்ச்சா இருக்குப்பா..

அப்பா...
இந்த புத்தகமும்
என் சட்டையும்
நம்ம மெத்தையும்
ஒரே மேட்ச்சா இருக்குப்பா..
வெளாட்டும் படிப்புதான்..!

17/06/2021

***

வெளில போயிட்டு
அப்ப தான் வந்தேன்..

டார்வின் டிவி பாத்துக்கிட்டு
இருந்தான்..

நானும் ஃபேன போட்டு
உக்காந்தேன்..

டிவில பாட்டு வருது..
பாட்டுல நெருக்கமான காட்சி
அடுத்து வரப் போகுது..

ரிமோட்டு
டார்வின் பக்கத்துல இருக்கு..
நடுவுல நாலடி இடைவெளி!

சேனல மாத்த மனசு துடிக்குது..

டார்வின் என்ன நெனப்பான்..?
பேசாம வெளில போயிடலாமா..?

சங்கடத்துல இருந்து
தப்பிக்குறது எப்படி..?
அவன காப்பத்துறது எப்படி...?

ஒரு
பதட்டமான சூழ்நிலை...!

ரிமோட்ட எடுத்து
சேனல மாத்திக்கிட்டே
டார்வின் கேட்டான்..
இந்நேரம்
சின்சான் போட்ருப்பாங்களாப்பா..?

23/06/2021

***

கண்ண மூடுப்பா
நான் ஒரு மேஜிக்
செய்ஞ்சு காட்றேன்..!
நானும்
ரெண்டு கண்ண மூட..
ஒத்த கண்ண தெறக்க..
ஓரக் கண்ணுல பாக்கவுமா
வெளாட்டு காட்டுனேன்...!

உடனே பாப்பா
களம் இறங்கிட்டாங்க..

நீ மேஜிக் செய்ண்ணே..
அப்பா கண்ண நான் மூடிக்கிறேன்..

எட்டல..!

கீழ உக்காருப்பா..
உத்தரவு..!

குட்டிக் கைய வச்சு
மூடுனாங்க..
முழுசா எங்கிட்டு மூடுறது..

அங்கிட்டும் இங்கிட்டும்
கண்ண தெறந்து பாத்தேன்..!

மொத தடவ..

கண்ண இரிக்கமா மூடுப்பா..!

ரெண்டாவது தடவ..
கண்ண நல்லா மூடுப்பா..!

மூணாவது..
கண்ண கெட்டியா மூடுப்பா..!

ஒரு பொருள்தரும் பல சொற்கள்..!

22/08/2021

***

எலே சுந்தரு..
இங்க வாடா..
அங்க பார்றா..!

தாத்தா பாட்டி வெளாட்டு
வெளாடுறோம்ங்கிற பேர்ல
அசால்ட்டா சொல்றது..
வாடா போடா..
அவன் இவன்'ன்னு ..!

இன்னைக்கு சாயங்காலம்
வண்டிய நிறுத்திட்டு
வீட்டுக்குள்ள நுழைறேன்..

கீர்த்தி டயலாக்.. :
'இந்தா மாமா வாரான்..
இந்தா வந்துட்டான்..
அடி நொறுக்கப் போறான்..
சேட்ட பண்ணாம இருந்துக்குங்க..!'

நம்மள சீண்டுறதே
இதுகளுக்கு வேலயாப் போச்சு..!
நான் கோவமா பாத்தேன்..
என்னைய திரும்பிக் கூட பாக்கல..!

சொல்லிட்டு அவுகபாட்டுக்கு
தொட்டியில ஜாலியா
ஊஞ்சல் ஆடுறாக..
அந்த கோவமும் வீணாப் போச்சு..!

உடனே பெருசுக ரெண்டும்..
'அப்டியலாம் பேசக் கூடாதுப்பா..'
சொரை போட்டா
பாகையா மொளைக்கும்..!?

கடுப்பேத்தறாங்க மைலார்ட்..!

23/08/2021

***

அம்மா...
அப்பா...
ஆய் வருது..!

அம்மா...
அப்பா...
ஆய் வருது..!

அம்மா...
அப்பா...
ஆய் வருது..!

இந்த வார்த்தைகள
ஒரு பாட்டு மாதிரி
சொல்லணும்..
திரும்பத் திரும்ப சொல்லணும்!!

நம்ம புகழ்மதி பாப்பா
அப்டித்தான்
சொல்லிக்கிட்டே வந்தாங்க..
பாத்ரூம் கதவ தெறக்க
லேட்டாக லேட்டாக..
கேசட்டு வேகவேகமா
சுத்த ஆரம்பிச்சுருச்சு...!

அம்மா..ப்பா ஆய் வருது..
அம்மா...ப்பாய் வருது..
அம்மா..ய் வருது..
ஆய் வருது..! ஆய் வருது..! வருது..!!

24/08/2021

***

லவ் பேர்ட்ஸ் வேணும்னு
அவன் தான்
அடம்பிடிச்சு வாங்கினான்..
இப்ப அதுகள
கண்டுக்கிறதே இல்ல..

இரை வைக்கிறது
தண்ணி மாத்துறது எல்லாம்
புகழ்மதியும் கீர்த்தியும் தான்..!

இன்னைக்கும்
மாத்தி வச்சாங்க..
நான் சொன்னேன்...

'அப்பப்ப அதுகள்ட்ட
பேசணும் பாப்பா..
அப்பதான் அதுகளும்
உங்க மேல பாசமா இருக்கும்..!'

அதான் சாக்குன்னு
ஆளுக்கொரு பக்கமா
உக்காந்துட்டாங்க....
'ஏ குருவி..
நல்லா இருக்கியா.?
ஏ குருவி...
சாப்பிட்டியா..?'

இந்த குருவிக ரெண்டும்
கூண்டுக்கு வெளிய இருந்து
பேசப் பேச
உள்ள இருக்க ரெண்டு குருவியும்
மண்டய சாய்ச்சு சாய்ச்சுப்
பாக்குதுக..
என்னடா நடக்குது இங்க..!

25/08/2021

***

ஒரு அட்டையில படம் வரஞ்சு
கொண்டு வந்தான்..
அதுல மூணு படம் இருந்துச்சு..!

ஒரு படத்துல கார் இருக்கு..
காருக்குள்ள ஒரு பையன்
உக்காந்து கார ஓட்டுறான்..
முகத்துல சந்தோசம்..!

ரெண்டாவது படத்துல
ஒரு பையன் கையில ரிமோட்டு..
பக்கத்துல கார்..
அவனும் சந்தோசமா இருக்கான்..!

மூணாவது படத்துல
ஒரு பெட்டிக்குள் கார் இருக்கு..
பெட்டி மேல விலை போட்ருக்கு..
அழுதவாக்குல ஒரு பையன்.!
'என்னடா டார்வின்
இவங்க ரெண்டு பேரும்
சிரிக்குறாங்க..
இவன் மட்டும் அழுகுறான்?'

'அது யார் தெரியுமாப்பா..?
நான் தான்..!
எதுக்கு அழுதுக்குனு இருக்கேன்
தெரியுமா...? உன்னாலதான்னு!'

என்னாடா சொல்ற..

நீ தான
கார் வாங்கித் தரமாட்ற..

அதுக்கு நீ இல்லடா அழுகணும்..

படத்துலயும் நான்தான் அழுகுறேன்...
கார் வாங்கித் தாப்பா...

படம் வரைந்து விளக்குக...!

26/08/2021

***

அம்மாச்சி வீட்டுக்குப்
போகணும்மா..

சரி, போவோம்..!

ம்மா..
அம்மாச்சி வீட்டுக்கு
போகணும்மா..

சரிடா..!

எப்பம்மா போகலாம்..?

போவோம்டா..

அதான் எப்ப..?

வர்ற சனி, ஞாயிறுல
போவம்..!

வெள்ளிக்கிழமை வந்துருச்சு..
கேட்டுக் கேட்டு சலிப்பு ஆயிருச்சு..
இப்ப கேக்கல!

நல்லா
பார்வையில படுற மாதிரி
மதில்'லயே எழுதிட்டான்..!

'அம்மா.. வா..
அம்மாச்சி வீட்டுக்குப் போலாம்..'

இது ஓகே...

படியில இறங்குற இடத்துல..
'அம்மா என்னய தேடி வராத..'ன்னு
எழுதி வச்சிருக்கான்..

அது
எதுக்குன்னு தெரியல..!

27/08/2021

***

புகழ்மதி'கிட்ட கேட்டேன்..

என்ன பாப்பா..
கீர்த்தி இன்னைக்கு
ஸ்கூலுக்கு
வந்துச்சா இல்லையா..??

ப்பா..
பொறுப்பா..
கைய முன்னாடி வச்சு
ஒவ்வொரு விரலா நீட்டி நீட்டி
சொல்றாங்க...

நேத்தும்... நேத்தும்...
நேத்தும்... நேத்தும்...
நேத்தும்..
கீர்த்தி ஸ்கூலுக்கு வரல..!

அடேங்கப்பா..
எத்தன நாள் வரல பாரு?!

மறுபடியும் கைய முன்னாடி வச்சு..
ஒவ்வொரு விரலா
நீட்டி நீட்டி சொல்றாங்க...
இத்தன... இத்தன...
இத்தன... இத்தன...
இத்தன நாளு வரலப்பா..!!

07/04/22

***

அப்ப தான்
வீட்டுக்கு வந்தோம்..

'ம்மா..
கிச்சன்ல ஒனக்கொரு
சர்ப்ரைஸ் இருக்கு'ன்னான்
டார்வின்..
அம்மா கிச்சன்ல போயி
பாத்தாங்க..

பால் தூக்கு உள்ள இருக்கு..

அது இல்ல..!

சுவத்துல
அம்மான்னு எழுதியிருக்கு..

அது இல்ல'மா..!

கண்டுபிடிக்க முடியல..
நீயே சொல்லுடி செல்லக்குட்டி..
அம்மா சரண்டர்..!

நேத்து சொன்னேன்'ல..
உனக்கு உதவி செய்வேன்னு..

ஆமாம்..
அதான்
நீ ஆபீசுக்கு போன பிறகு
தட்ட கழுவி அடுக்கி வச்சிருக்கேன்..!

எங்க காட்டு..

எடுத்துக் காட்டுனான்..
ஒரு குட்டியூண்டு தட்டு..!

தட்டோட அளவும்
எண்ணிக்கையுமா முக்கியம்?
சூப்பர்டா செல்லக்குட்டி!

30/08/2021

***

கீர்த்தியும் புகழ்மதியும்
சமையல் வெளாட்டு
வெளாடிக்கிட்டிருந்தாங்க..

என்னாங்கடி..
தண்ணி
அங்கிட்டும் இங்கிட்டுமா
ஓடுது'ன்னு
கீர்த்தி சொல்ல...

அதுக்கு புகழ்மதி பதிலு...:
என்னாடி சொல்லிக்கிருக்க..
அங்கிட்டும் இங்கிட்டுமா
ஓடி வெளாட....
அது என்னா ஓம் பேத்தியா..!

எப்பூடி!

17/03/2022

***

யாரு பக்கத்துல
யாரு படுக்குறது..
குறிப்பா அம்மா பக்கத்துல
யார் படுக்குறது..?

டார்வின்கிட்ட சொல்லுவோம்..
டேய்..
பாப்பா தான சின்னப்புள்ள..
நீ தாண்டா விட்டுக் குடுக்கணும்..

பாப்பாகிட்ட சொல்லுவோம்..
அண்ணன் பாவம்ல செல்லக்குட்டி...!

பேசிட்டிருக்கும் போதே
பாப்பா தூங்கிடும்..
அப்புறம்
மறுபடியும் அடுத்த நாள்
இதே கத தொடரும்..

நேத்து இந்த பிரச்சினைக்கு
பாப்பா ஒரு தீர்வு சொன்னாங்க..

அண்ணன் ஆம்பள பையன்..
அப்பாவும் ஆம்பள பையன்..
நானும் நீயும் பொம்பள புள்ள...!

ம்ம்...
ஆம்பளபையன்
அப்பாகூட படுக்கட்டும்..
நான் அம்மாகூட படுத்துக்குறேன்...!

31/08/2021

***

நேத்து
சில ஆவணங்கள எடுத்து
ஒழுங்கு படுத்திக்கிருந்தேன்..

உள்ள வந்த புகழ்மதி
அட்டைய எடுத்து பாத்துட்டு
'ஆதார் அட்டையில
அப்பா எதுக்கு
மொறச்சு பாக்குது'ன்னு
கேக்கவும்
எனக்கு ஆச்சரியமா போச்சு..

என்னா பாப்பா..
ஆதார் அட்டையலாம்
தெரிஞ்சு வச்சிருக்க..
சூப்பரு பாப்பா'ன்னேன்..

உடனே டார்வின் வந்துட்டான்..
'இப்ப எதுக்கு
சூப்பருன்னு சொன்ன..?'

விசயத்த சொன்னேன்..

அவன் கேக்குறான்..
'இந்த ஆதாரு அட்ட இல்லாட்டி
வாழவே முடியாதாப்பா..?'
இத
யார்றா சொன்னது?

அப்பத்தா தான் சொல்லுச்சு..!

சரி,
வாழ்றது'ன்னா என்னடா..?
வாழ்றது'ன்னா வாழ்றது தான்..
என்னாப்பா
கேக்கத் தெரியாம கேட்டுக்கிருக்க..!

01/09/2021

***

பொம்ம ஃபோன வச்சுக்கிட்டு
கால் பண்றாங்க புகழ்மதி..!

நம்ம போனுக்கு
அவங்களே ரிங் டோன் வேற..

கிரிங்.. கிரிங்.. போன எடுப்பா..!

ஹலோ.. யார் பேசுறது..?

நாங்க
மேக்கப் கடைல இருந்து பேசுறோம்..
உங்க வீட்டுக்கு தான் வாறோம்..

நாங்க கூப்பிடவே இல்லையே..
எதுக்கு வாறிங்க..?

நாங்க அப்டித்தான் வருவோம்..!

ஹலோ மேடம்..
நாங்க நல்லாத்தான் இருக்கோம்..
மேக்கப்லாம் வேணாம்..

மேக்கப் போடலன்னா
கேவலமா இருப்பீங்க...
வீட்லயே இருங்க.. வந்துக்கிருக்கோம்..!

ஹலோ.. ஹலோ மேடம்..
வீட்லயே இருங்க..
வந்துக்கிருக்கோம்..!
டுர்ர்ர்ர்ர்ர்ர்....
...

கீழ இறங்கி உக்காருப்பா
மேக்கப் போடணும்..!

அதுக்குள்ள வந்துட்டாய்ங்க...!

02/09/2021

***

செல்போன்ல
டாக்கிங் ஏஞ்சலா பொம்மை
நாம சொல்றத
அப்படியே திருப்பிச் சொல்லும்..!

அந்த பொம்மகிட்ட
பாப்பா கேக்குற கேள்வி..
உன்னைய
குளிக்க வைக்கவா?

மறுபடியும் அது
திருப்பிச் சொல்லும்..
உன்னைய
குளிக்க வைக்கவா..?

மறுபடியும் அதே கேள்வி..
மறுபடியும் அதே ரிப்ளை..!

எத்தன தடவ கேட்டாலும்
'சரி , குளிக்க வை'ன்னு
எப்படி சொல்லும்..!

ஆனாலும்
பாப்பா விடுறதா இல்ல..
கேள்வி தொடருது..!

கேட்ட கேள்விக்கு
பதில் சொல்லு ஏஞ்சலா..!
உன்னைய
குளிக்க வைக்கவா..? வேணாமா?

03/09/2021

***

ஒன்சைடு பேப்பர் குடுப்பா..
டேப்பு குடுப்பான்னு வாங்கினான்..

வரிசை வரிசையா வச்சான்..
ஒட்டுனான்.. சுருட்டுனான்..
உருளை ஆக்கினான்..!

என்னடான்னு விசாரிச்சா..

அமேசான்ல ஆர்டர் பண்ணி
டென்ட் கொட்டாய் வாங்கிருக்காங்க யாரோ.!
விளையாட போனவன
தொட விடலயாம்..
அவனே செய்ய கிளம்பிட்டான்..!

காகித உருளை எப்படித் தாங்கும்..?
கையில கொஞ்சம் காச குடுத்து
தாத்தா கூட போயி
சில சாமான்கள
வாங்கி வரச் சொன்னேன்..

எல்போ.. சின்ன ரம்பம்..
எல்லாம் வாங்கி வந்தான்..

துண்டு துண்டா அறுத்து
அங்குட்டும் இங்குட்டும்
மாட்டி.. கழட்டி.. மாட்டி..
பெரிய விஞ்ஞானி மாதிரி
கொஞ்ச நேரம் சீன் போட்டேன்..!

ஏங்க்ட்ட குடுப்பா..
நீ ஓரமா உக்காரு..
நான் மாட்டுறேன் பாரு..!

அவனே
களத்துல இறங்கிட்டான்..!

06/09/2021

***

ப்பா..
இத வரையவா.. அத வரையவா..
மாஸ்க் செய்யவா.. பொம்மை செய்யவா..
சைக்கிள் ஓட்டவா'ன்னு
கேட்டுக்கிட்டு இருப்பான் டார்வின்..

அதெல்லாம் மாறிப் போச்சு..

இப்போ..
ரெண்டு கோடு நோட்டு
எழுதணும்ப்பா..
நாலு கோடு எழுதணும்ப்பா..
இங்கிலீஷ் எழுதணும்..
அத எழுதணும்.. இத எழுதணும்'ன்னு
சொல்றான்..!!

புகழ்மதி பாப்பாவின்
சட்டி பானை வெளாட்டு கூட
நின்னு போச்சு..!

பாப்பா சொல்லுது..
'கட்டம் போட்ட நோட்டு
எழுதாம போனா
டீச்சரு திட்டுவாங்க..!'

தூங்குன புள்ள
பதினொரு மணிக்கு
எந்திரிச்சு உக்காந்து எழுதுது..!

என்னத்த சொல்ல..?!

08/04/22

***

ஒரு கூட்டத்துல இருந்தேன்..
வீட்ல இருந்து போன் வந்துச்சு..!

எடுத்துப் பேசுனா
அந்த முனையில பாப்பா..

ஒண்ணும் பேசவும் இல்ல..
சரி, பாப்பா தான..
போன கட் பண்ணிட்டேன்..!

கூட்டம் முடிஞ்சு
வீட்டுக்குப் போனேன்..
வண்டிச் சத்தத்த கேட்டுட்டு
வாசல்'லயே வந்து நிக்குது
ஒண்ணே முக்கா அடியில
ஒரு கேள்வி..
நம்ம புகழ்மதி தான்..!

ஏம்ப்பா.. போன் போட்டா
பேச மாட்ற..
போன கட் பண்ற..
திருப்பிக் கூப்ட்டா எடுக்க மாட்ற..

மீட்டிங் பாப்பா..!

சொல்லுப்பா..
போன் போட்டா பேச மாட்ற..
போன கட் பண்ற..
திருப்பிக் கூப்ட்டா எடுக்க மாட்ற..?

அதான் பாப்பா
அப்பாவுக்கு மீட்டிங்கு..!

சொல்லுப்பா..
எதுக்கு நானு போன் போட்டா
பேச மாட்ற..
போன கட் பண்ற..!

07/09/2021

***

எதாச்சும்
ஒரு கத சொல்லுப்பா..

ம்ம்..
புறா கத சொல்லுறேன்..

சரிப்பா..

ஒரு ஊர்ல
நெறய புறா இருந்துச்சாம்..

எந்த ஊர்ப்பா..?

அது ஒரு ஊரு..

நம்ம ஊரா..?

இல்ல பாப்பா.. வேற ஊரு..

ம்ம்..
அந்த புறாவெல்லாம்
இரை திங்க போகுமாம்..

நம்ம வடை வாங்குற
கடைக்கிட்ட இருக்க புறாவா..?

இல்ல பாப்பா..

கார்ல போறப்ப
டார்வின் போட்டோ எடுத்தான்ல..
அந்தப் புறாவா..?

இது வேற புறா..
வேற ஊர்க்கார புறா..

அப்ப
நீ எப்புடிப்பா பாத்த..?

அப்பாவுக்கு பசிக்குது..
சாப்பிட்டு வந்து சொல்றேன்..!

08/09/2021

***

ஏ நெலா..
இன்னும் நாலு நெலாவ
கூப்ட்டுக்கு வா..!
நிலாவுக்கு
உத்தரவு போட்ட
புகழ்மதி
உடனே நிலாவா மாறி
சொல்றாங்க..

'சின்னப்புள்ள கூப்பிடுதுல
வாங்க போவோம்..'

ஓரங்க நாடகம்..!

09/09/2021

***

இங்க பாருப்பா..
இருட்டாவுறதுக்காக
நெலா வந்துருச்சு..

எங்க பாப்பா..?

வந்து பாருப்பா..
நம்ம வீட்டுக்குச் செவயே
வந்துருக்கு..!
வேற பக்கம் போயிறாம
பாத்துக்கே இரு..
அப்பா இந்தா வந்துர்றேன்..!

ஒரு
நச்சத்துரம் வேற
வந்திருக்குப்போ..

நச்சத்திரம் வேறயா..?

ஆமாம்ப்பா..!

நச்சத்திரம்
என்னா செய்யுது..?

அது அவுங்க
நெலா அம்மாகிட்ட
உக்காந்துக்கிருக்கு..!
நெலா அம்மா..!
நட்சத்திர குழந்தை..!

11/09/2021

***

பேச்சு நாய்க்குட்டிய பத்தி
திரும்புச்சு..
அது பேரு சாமுராய்..!

டார்வின் சொல்றான்..

எலேய்.. கவினு..
எனக்கு ஒரு கனவு வந்துச்சு..
அதுல சாமுராயி
வளந்து பெரிசாயிருச்சு..
நெறய பால குடிச்சு
வயிரே வெடிச்சுப் போச்சுடா..

கவின் கேக்குறான்..
அப்ப
சாமுராயி செத்துப் போச்சா..?

இல்ல..
உசுரோட தான் இருந்துச்சு..
வயித்துக்குள்ள இருந்து
நெறய பால் டப்பா
வந்து விழுந்துச்சு..

குட்டி குட்டி பாப்பா'ல்லாம்
அத எடுத்து
பால் குடிச்சாங்க..!
அப்புறம் என்னாச்சுணே..?

தெரியலடா..
அதுக்குள்ள கனவு முடிஞ்சிருச்சு..!

12/09/2021

***

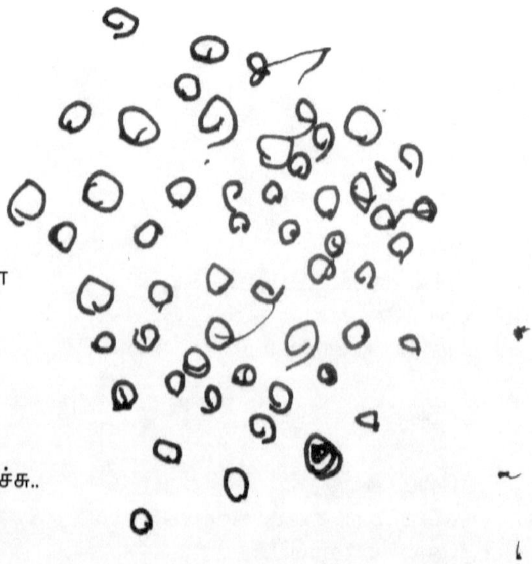

பாப்பா ரொம்ப நேரமா
எழுதிக்கிருந்தாங்க..

வாங்கிப் பாத்தா..
பேப்பர் முழுக்க
புள்ளிப் புள்ளியா
கோடுகோடா இருந்துச்சு..

என்னான்னு கேட்டா
நாயி.. கோழி..
பல்லி.. மாடு' ன்னு
ஒவ்வொரு புள்ளியும் கோடும்
ஒவ்வொரு படமாம்..!

எது பல்லி'ன்னு கேட்டேன்..
கண்டுபிடிச்சு சொல்ல
ரொம்ப நேரம் ஆச்சு..!

எல்லா கோடும் புள்ளியும்
ஒரே மாதிரிதான் இருக்கு..!
நம்மளா இருந்தா
எதாச்சும் ஒன்ன காட்டி
இதான்னு சொல்லிருப்போம்..!

பாப்பா தன் மனசுல
பல்லி'ன்னு நெனச்சு
வரஞ்ச கோடு
எதுன்னு கண்டுபிடிக்கணும்ல..

அதான் இந்த லேட்டு..!

14/09/2021

***

நாய்க்குட்டி தூங்கும்போது
தொந்தரவு
பண்ணக் கூடாதுலப்பா..?

ம்ம்..

அண்ணன்'லாம்
தொந்தரவு பண்ணுவான்..!
நான்லாம்
கொலுசு சத்தம் கூட கேக்காம
இப்டி.. இப்டி.. நடந்து போவேன்..!

ம்ம்..

நாய்க்குட்டி ஆய் இருந்துச்சு'ன்னா
பேப்பர்ல உக்கார வைக்கலாம்பா..
எடுத்து கூடைல போட்ருவோம்..!

ம்ம்..

நாய்க்குட்டிய
வாசிங் மெஷின் பக்கத்துல
படுக்க வச்சுருவோம்ப்பா..!

ம்ம்..

நாய்க்குட்டி
நெறய பால் குடிக்குமா?

ம்ம்..

அதுக்கும் சேத்து பால் வாங்கணும்!

ம்ம்..
எப்பப்பா வாங்கித் தருவ..?

ம்ம்...

வாயத் தெறந்து சொல்லுப்பா..!
நாய்க்குட்டி எப்ப வாங்கித் தருவ..?

17/09/2021

***

மேகமூட்டமா
இருந்துச்சு..
நான் கேட்டேன்..

எங்க பாப்பா
இன்னைக்கு
நெலாவ காணோம்..

தேடிப்பாத்துட்டு
புகழ்மதி சொல்றாங்க..
'அந்தா
ஒளிஞ்சிருக்குப்பா நெலா..!'

ஒளிஞ்சிருக்கா..?
அட ஆமா..
எதுக்கு பாப்பா
இப்பிடி ஒளிஞ்சிருக்கு..?

நானும் கீர்த்தியும்
நெலாவ பாத்துப் பாத்து
நேத்து சிரிச்சோம்ல...
அதுக்குத் தான்
வெக்கப்பட்டு ஒளிஞ்சிருக்கு..!

பாருங்கடா..!!

18/09/2021

***

நானும் பாப்பாவும்
பேசிக்கிருந்தோம்..
கீழ டிவில
ஒரு பாப்பா அழுகுற சத்தம்
கேட்டுச்சு..

உடனே புகழ்மதி
கீழ ஓடிட்டாங்க..

தாத்தா...
ஏய் தாத்தா..
எந்த பாப்பா அழுகுது..?
எதுக்கு
அழுக வச்சுக்கே இருக்க..?

நான் எங்க
அழுக வச்சேன்..
டிவில அழுகுது..!

டிவிய
யாரு போட்டது..?

நான் தான்..

அப்ப
நீ தான் தாத்தா
அழுக வச்சிருக்க..!

19/09/2021

***

இன்னைக்கு சாயங்காலம்
ஊர்ல நல்ல மழை..!

மழைய பாத்ததும்
புகழ்மதிக்கு பாட்டு வந்துருச்சு.....!

கொழுக்கட்டையே..
கொழுக்கட்டையே ஏன் வேகல..?
திய்யி எரியல.. நான் வேகல..!

திய்யே திய்யே.. ஏன் எரியல..??

மழை பேஞ்சது.. நான் எரியல..!

மழையே மழையே.. ஏன் பேஞ்ச..??

புல்லு வளர.. நான் பேஞ்சேன்..!

புல்லே புல்லே.. ஏன் வளந்த..?!

மாடு திங்க.. நான் வளந்தேன்..
(இதுக்கப்புறம் தான் கொஞ்சம் சிக்கல் ஆயிடுச்சு..!)

மாடே மாடே.. ஏன் வந்த..
புல்லு திங்க.. நான் வந்தேன்..

புல்லே புல்லே.. ஏன் வளந்த..?!

சுத்துன இடத்துலயே
சுத்திக்கிருக்கு கேசட்டு..!

09/04/22

***

ரொம்ப டயர்டா இருக்கு..
நைட்டு சமைக்க முடியாதுங்க..
மேலிடத் தகவல்..!

சரி, கடைக்குப் போயி
வாங்கிட்டு வரேன்னு
சொன்னதும்
டார்வினும் குஷி ஆனான்..!

சரிடா..
மழ கிழ வருதான்னு பாரு..
போகலாம்..!
வெளிய போயி பாத்தான்.
உடனே முடிவ மாத்திட்டான்..

இல்லப்பா நான் வரல..
நீயே போய்ட்டு வா..

ஏண்டா..
மழ வந்தாலும் வரும்ப்பா..
ஒரு நச்சத்திரம் கூட தெரியல..

அதுனால என்ன..?

வெள்ளி முளைக்கல'ன்னா
மழை வரும்னு
அப்பத்தா சொல்லிருக்கு..!

அனுபவ வானியல்..!

23/09/2021

***

நானும் டார்வினும்
வண்டியில
கம்பம் போய்க்கிட்ருந்தோம்..

முன்னாடி போன வண்டிய
பாத்துட்டு
டார்வின் கேட்டான்..
'என்னாப்பா..
அந்த வண்டில TATA- ன்னு
எழுதிருக்கு..?'

அது வண்டிய
தயாரிக்கிற கம்பெனி பேரு..!

நம்ம டிவில வேற
TATA- ன்னு வந்துச்சே..?

ஒரே கம்பெனி
வேற வேற பொருள்
தயாரிச்சு விப்பாங்க..

அப்போ
TATA SKY- ன்னு
போட்டிருக்கு..

வானத்தையும் தயாரிச்சு
விப்பாங்களா..?!

டொய்ங்...!!

24/09/2021

***

நெலாவுல
தண்ணி இருக்கா
செவ்வாயில காத்து இருக்கா...
இது நம்ம கவல..!

டார்வின் எழுதுறத பாத்து
நானும் எழுதுவேன்னு
எழுத்துப் பயிற்சி நோட்ட
எடுத்தாங்க புகழ்மதி..
மொதப் பக்கம் பார்த்தாங்க..
இதுக்குள்ள ஒரு நெலா இருக்குப்பா..

அட ஆமா..
“அ” வுல ஒரு நெலா இருக்கு..!

எங்க அடுத்த பக்கம் பாரு..

இங்கயும் ஒரு நெலா இருக்குப்பா..
“ஆ”மா

அடுத்தடுத்த பக்கங்களில்
தேடியதில் மட்டுமே
கிட்டத்தட்ட இருவது நெலா
கெடச்சிருக்கு..!
‘ஓ‘ என்கிற
எழுத்துக்குள்ள
ரெண்டு வட்ட நெலாவும்
ஒரு தேய்ஞ்ச நெலாவும்
இருக்கு..!
“ஈ” யக் காட்டிக் கேட்டேன்.
இதுல இல்லயே பாப்பா..?

அதுல
ரெண்டு கறுப்பு நெலா
இருக்குலப்பா!

10/10/2021

***

மழை பேயுறப்ப
நச்சத்திரம் வந்தா
என்னாப்பா ஆகும்..?

ஒண்ணும் ஆகாது..

அப்ப ஏன்
மழை பேயுறப்ப
நச்சத்திரம் வரமாட்டுது..?
டார்வின் கேள்வி..!

தோள்ல துண்டு போட்டு
உக்காந்திருந்தேன்..
உடனே துண்டு எடுத்து
முன்பக்கம்
திரை போல விரிச்சு
பிடிச்சுக்கிட்டு கேட்டேன்..
'அப்பா தெரியுறனா..'

இல்லப்பா..!

'அப்பா இங்க
இருக்கனா இல்லையா..?'

இருக்க..!

அதான் விஷயம்..

அப்போ
வானத்த மறைக்குற
அளவுக்குகூட
துண்டு இருக்கா..!!

டொயிங்..!

12/10/2021

***

'இனிமேல்'லாம்
அந்த ஆபீஸ்ல
குப்பை கொட்ட முடியாதுங்க..'

வீட்டம்மா
ஒரு கோவத்துல பேசிக்கிருந்தாங்க..

பக்கத்துல இருந்த டார்வின்
ஆச்சர்யம் பொங்க கேக்குறான்..
என்னாம்மா சொல்ற..
நீ ஆபீசுக்கு போறன்னு
நெனச்சா
குப்பை கொட்ட போறேன்னு சொல்ற..

இனிமே
காலைல காலைல
நம்ம தெருவுக்கு வர்ற
டிராக்டர்லயே குப்பைய கொட்டிட்டு
பேசாம வீட்ல இரும்மா!

24/10/21

***

அந்த அக்காவுக்கு
எதுக்கும்மா
மஞ்சத் தண்ணி ஊத்துனாங்க..?

ஏய்.. அதப் பத்தி
பேசக் கூடாது
- டார்வின் தடுக்குறான்..

சொல்லுப்பா..
எதுக்கு மஞ்சத் தண்ணி
ஊத்துனாங்க..?

அக்கா
பெரிய பிள்ளை ஆயிருச்சு.
அதப் பத்தி
பேசக் கூடாது..
பேசாம இரு..
மீண்டும் கறாரா சொல்றான்!

பாப்பா
விடுவதா இல்லை..

சொல்லுப்பா..
எதுக்கு
மஞ்சத் தண்ணி ஊத்துனாங்க..??

தொடர்ந்து பாப்பாவின்
துணைக் கேள்வி இது..
டிரஸ்லயே ஆயி இருந்துட்டா
மஞ்சத் தண்ணி ஊத்துவாங்களா...?

நமக்கு முன்னாடி
யாரோ சிக்கி, தப்பிச்சிருக்காங்க..!

02/02/22

***

வழக்கமா
வாஷிங் மெஷின்ல போட்டு
தொவச்சு, காயவச்சு
எடுத்து வப்பேன்..

இன்னைக்கும்கூட
மெஷின்ல போட்டேன்..
பாப்பா தான்
துணிகளை ஒவ்வொண்ணா
எடுத்துக் குடுத்தாங்க..
அப்பல்லாம் ஒண்ணும் சொல்லல!

ரெண்டு கால்மிதி விரிப்பு
கிடந்துச்சு..
எடுத்து சோப்பு போட்டு
கையால நானே தொவச்சேன்..

உடனே பாப்பாவுக்கு
ஒரே சிரிப்பு..

ம்மா..
இங்க பாரு
அப்பா போயி தொவைக்கிறத..!

அண்ணே..
இங்க பாரு
அப்பா போயி தொவைக்கிறத..!

இதுல இருந்து என்ன தெரியுது?
வாசிங் மெசின் தொவைப்பெல்லாம்
கணக்குல வராது..!

12/11/21

***

ப்பா..
எங்க டீச்சர்
பத்து காயோட பேரு
எழுதிக்குனு வரச் சொன்னாங்க....

சரி வாடா எழுதுவோம்..

தக்காளி காயா, பழமாப்பா..

பழம் தான்..!
தக்காளிய காயின்னு நெனச்சுட்டேன்பா..!

‘காய்கரிகள்‘ ..
இது ரைட்டாப்பா..?

இல்ல இல்ல..
இந்த ‘றி‘ போடணும்..!

இந்த ரி போடணும்..
அந்த றி போடணும்ன்னு
எப்படிப்பா கண்டுபிடிக்குறாங்க..?

16/12/21

***

இந்தப் பாதையில போனா
இந்த ஊரு தான் வரும்னு
எப்படிப்பா
கண்டுபுடிக்குறாங்க..!

26/12/21

***

ப்பா..
பாப்பா என்னய
போடா வெண்ணெ'னு சொல்லுது..!
ம்ம்.. வரட்டும்..
என்னான்னு கேப்போம்..

அன்னைக்கு'லாம்
கு வார்த்த பேசுது..
நேத்துக் கூட அசிங்க வார்த்த பேசுது..
வர வர பாப்பா
தப்புத் தப்பா பேசுதுப்பா..!

சரி டா..
பாப்பாட்ட சொல்லிக்கிருவோம்..

ஆமா..
செல்லங் குடுத்துக்கே இருங்க..!
வேற என்னடா செய்யணும்..??
அடி போடணும்'ப்பா..!

பாப்பாவ அடிக்கணுமா..
சொல்லிக் குடுத்தவங்கள அடிக்கணுமா..!!

யாருப்பா சொல்லிக் குடுத்தது..?

நீ தாண்டா..!!

என்னாப்பா..
கடைசில என்னய சொல்லிக்கிருக்க..!

அப்புறம்.. நீ தான காரணம்..!

நான் இல்லப்பா..
நம்ம தெருவுல..
வெளில சண்ட போடுறவங்க
பேசுறாங்கள்ல..
அதப் பாத்து பேசுதுப்பா..!

ஆமா..
நீ சொல்றது தான் கரெக்ட்டு..
சரி, விடு..
போகப் போக சரி ஆயிரும்..!

10/04/22

***

டுஜக் டுஜக் புத்தகத்தை
சில நண்பர்களுக்கு
தபாலில் அனுப்ப
ரெடி பண்ணிக்கிட்டு இருந்தேன்..

பாப்பாவும் டார்வினும்
ஆளுக்கொரு பக்கமாக
உக்காந்துக்கிட்டாக..

கவருக்குள்ள நான் வைக்குறேன்..
நான் பசை தடவுறேன்..
நான் அடுக்கி வைக்குறேன்..!
ஆளுக்கொரு வேலைய
பிரிச்சுக்கிட்டோம்!

நான் முகவரி எழுதுனேன்..

டார்வின் கேட்டான்..
என்னாப்பா எழுதுற..

அவவங்க அட்ரஸ் எழுதணும்..
அப்ப தான்
அவங்க வீட்டுக்கு
கரெக்டா போகும்..!

இது பாப்பாவின் கேள்வி :
“நம்ம வீட்டுக்குள்ள உக்காந்து
எழுதுனா அவங்க வீட்டுக்கு
எப்படிப்பா போகும்..?”

14/01/22

***

அண்ணே..
அப்பா வகுறு
எப்படி வளஞ்சிருக்கு பாரு..!

மதில்ல சாய்ஞ்சு
உக்காந்தா
அப்படித்தான் வளையும்..
டார்வின் சமாளிச்சான்..!

இல்லண்ணே..
நானும் சாய்ஞ்சு தான
உக்காந்துருக்கேன்..
வளையவே இல்ல பாரு..!

பொங்கல்
சிறப்பு பட்டிமன்றம்..!!

15/1/22

***

பொங்கலுக்கு
புது டிரஸ் எடுக்கப் போனோம்..
ஆயிரம் ரூபாய்க்கு மூணு சட்ட..
ஆஃபர் வேற இருக்கு..!

நீலக் கலர்ல
கட்டம் போட்ட சட்ட..
வேணுமே வேணும்னு
கேக்குறான் டார்வின்..

இந்த சட்டைக்கு
ஆஃபர் கிடையாதாம்..
தவிர அவுக அம்மாவுக்கு
சுத்தமா புடிக்கவே இல்ல..!

எப்படியோ நெனச்சத சாதிச்சு..
வாங்கிட்டான்..!

பணம்லாம் கொடுத்து
பையில போட்டு
வாங்குன பிறகு சொல்றான்..

ப்பா..
இந்த சட்டைய பாத்தியா..

ம்ம்..

நல்லா இருக்கா..
எதுக்கு வாங்குனேன் தெரியுமா?

சொல்லு..

மாஸ்டர் படத்துல.. விஜய்யி..

ம்ம்..

இதே மாரி சட்ட தான்
போட்ருப்பான்..
வாத்தி கம்மிங்..
டகட டகட டகட...!
டகட டகட டகட...!!

16/01/22

***

புள்ள பாவமே..
ஒரு வேட்டி சட்டையும்
எடுத்துக் குடுப்போம்னு சொன்னேன்..

அம்மாவும் மகனும் தான்
செலக்சன்..
உனக்கு இது நல்லா இருக்கும்டா..
இந்த கலர்
அத விட நல்லாருக்கும்..!

இல்லல்ல..
செவப்பு சட்டை தான்
எனக்கு வேணும்..
உறுதியா சொல்லிட்டான்..!

பரவாயில்லையே..
செவப்பு தான் புடிக்குதுன்னு
அவனே சொல்றான்..
நம்ம மனசுக்குள்ள.!

எடுத்துப் போடுற பையனும்
ஒரு வழியா
கண்டுபிடிச்சு எடுத்துட்டான்..

கடைசில சொல்றான்..
எனக்கு செவப்பு வேணாம்..
மொதல்ல காட்டுனதவே
எடுத்துக்குறேன்..!

ஏண்டா..?
செவப்பு சட்டை போட்டா
காளை மாடு முட்டிப்புடும்..!

17/01/22

***

கடைக்கு சாப்பிடப் போனோம்..
வேண்டியத ஆர்டர் பண்ணோம்..

பக்கத்து டேபிள
செவப்பா ஒருத்தரு
சுத்தப் படுத்திக்கிருந்தாரு..
இன்னொருத்தர்
இலை எடுத்தாரு..!

டார்வின் கேட்டான்..

ஏம்ப்பா..
இவங்கல்லாம்
நம்ம ஊரா...?

இல்லடா..

அப்ப சீனாவா..?
எனக்கு பசி வேற..
வடகிழக்கு மாநில
விளக்கமெல்லாம் எதுக்கு..
ஆமாம்ன்னு சொன்னேன்..

உடனே கேக்குறான்..
அப்ப நம்மளுக்கு
கொரோனா வந்துடாதா..?
என்னாப்பா நிய்யீ..
இதக் கூட பாக்காம
உள்ள வந்து
உக்கார வச்சுட்ட...?

மைக் செட்டுல
பாட்ட போட்டுப்போட்டு
எங்க வரைக்கும்
ரீச் பண்ணிருக்காய்ங்க..! ?

19/01/22

***

நீ சொல்லு கீர்த்தி..
அவன் பிறந்த நாளுக்கு
என்னய வெட்ட விடுவானா..??
அப்ப
ஏம்பிறந்த நாளைக்கு
அவன் வெட்டக் கூடாதுல கீர்த்தி..?!

ஆமா புலல்..
அவன் வெட்டக் கூடாது..
அவன் எதுக்கு வெட்டுறான்..!

ஏம்பிறந்த நாளைக்கு
அவன் கேக்கு வெட்டுவேன்னு
அழுகுறான் கீர்த்தி..
எங்க அம்மா செல்லுல
அந்த போட்டா இருக்கு...
ஒனக்கு காட்டுறேன் பாரு..!

டார்வின் வரட்டும் புலல்..
எதுக்குடா வெட்டுனண்டு
அவன்கிட்ட நான் கேக்குறேன்..

பிறந்த நாளு முடிஞ்சு
ஆறு மாசம் கழிச்சு..
வழக்கு இப்ப
விசாரணைக்கு வந்துருக்கு..!!

13/04/22

***

மொத வெளியூர்ல படிச்சான்..
வேன்ல போய் வருவான்..

நாம பைக்குல
வெளியூர்களுக்கு கூட்டிட்டுப்
போகும் போது சொல்வான்..

எங்க வேனு
இந்தப் பக்கமும் போகும்ப்பா..
இந்த ஊர்ல தான்
கிருஷ்ணவதனி வீடு இருக்கு..!
இந்த தெருவுல தான்
ரித்திகா வீடு இருக்கு.!
இங்க தான்
அப்துல் வேன்ல ஏறுவான்..!

இப்போ
உள்ளூர்ப் பள்ளிக்கூடம்..!
..

இவனும்
எங்க ஸ்கூல் தாம்ப்பா..
ந்தா.. அவனும்
எங்க ஸ்கூல் தாம்ப்பா..!
என்னாப்பா..
எங்க பாத்தாலும்
எங்க ஸ்கூல் காரய்ங்களா இருக்காய்ங்க..!

எல்லாருமே நம்ம ஊரா..?

வாடா வண்டில
இறக்கி விட்டுட்டு வாரேன்..

நான் நடந்தே போய்க்கிறேன்பா..!

15/02/22

***

எப்பா..
எனக்கு ஒரு ஆம்புலட்டு
போட்டுக் குடுப்பா..

எதுக்கு பாப்பா..

அந்த மஞ்சக் கருவுல
மௌகு போட்டு சாப்பிட்டா
சளி சரியாயிரும்..!

யாரு சொன்னது..?

அத்தை..!

ரசம் சோறு
இருக்கு பாப்பா..
போட்டுத் தரவா..??

வேணாம்ப்பா..
எனக்கு ஆம்புலட்டு தான்
வேணும்..
தோசை கூட சாப்பிடலாம்ப்பா..!

சரி,
தோசை எதுக்கு..?

ஆம்புலட்டும் தோசையும்
வட்டமா வட்டமா இருக்குல..
அத சாப்பிட்டாலும்
சளி சரியாயிரும்..!

22/01/22

***

ஸ்ரீலங்கா..
அப்படின்னு
ஒரு ஊரு இருக்காப்பா..?

அது ஊரு இல்லடா..
இந்தியா மாரி
இன்னொரு நாடு..!
சரி,
இப்ப எதுக்கு ஸ்ரீலங்கா?

அங்க இருந்து
ஒரு லைக்கு வந்துருக்குப்பா..!

லைக்கு வந்துருக்கா...
என்னாடா சொல்ற..?

ஆமாம்பா..
யூடியூப்ல
நான் போட்ட வீடியோவ
அங்க இருந்து பாத்து
எனக்கு லைக்கு போட்ருக்காங்க..!
மொத்தம் எம்பது வியூஸ்
வந்திருக்குப்பா!

நெசமாவா...?

அவங்க
வயசு வேற காட்டுது..!

இதுல என்னத்துக்கு
வெக்கம்..?
சரி, அப்பாவுக்கும் சொல்லிக்குடு...
இதெல்லாம் எப்படி பாக்குறது..?

23/01/22

***

டார்வின்..
கடைக்குப் போயி
அம்மா சொல்றத
வாங்கிட்டு வாடி செல்லக்குட்டி...!

சரி சொல்லுமா..

கத்தரிக்காய்.. ரசப் பூண்டு..
வெங்காயம்.. கொத்தமல்லி..
அப்புறம்...

பொறும்மா.. பொறும்மா..
எழுதிக்கிறேன்.!

சொல்லச் சொல்ல..
ம்..
ம்..
டக்கு டக்குன்னு சொன்னான்..!
போயி
வாங்கிட்டும் வந்துட்டான்..

நமக்குத் தான் டவுட்டு..
எப்புடி இம்புட்டு சீக்கிரமா
எழுத முடியும்..?
அந்த பேப்பர குடு பாப்போம்..!

க..
ர..
வெ..
கொ..
இம்புட்டு தான் எழுதிருக்கான்..

என்னடான்னு கேட்டா..

க.. கத்தரிக்காய்..
ர.. ரசப் பூண்டு..!
வாங்குனது கரெக்டா இருக்கான்னு
மட்டும் பாருப்பா..!

எப்புடி...!

24/01/22

***

டார்வின் உக்காந்து
படம் வரைஞ்ச
அதே இடத்தில
பாப்பாவும் உக்காந்து
வரையுறேன்னு வரஞ்சாங்க..

மைய வேற கொட்டி.
கைய்யி, வாயெல்லாம் ஓட்டி..
அண்ணன் ஒட்டுன மாரியே
சுவரில்
ஒட்டியும் வச்சிருக்காங்க..!

அங்க உக்காந்து வரைய
டார்வினுக்கு
ஒரு காரணம் இருக்கு..!
'இங்க தான் உக்காந்து
அண்ணன் வரஞ்சான்..'
பாப்பாவுக்கு
இந்தக் காரணமே
போதுமானதா இருக்கு..!

25/01/22

***

அவனுக்கு கொஞ்சம்
எழுத்து வேலை இருந்துச்சு..

ரெண்டு நாளாச்சு..
இன்னும் முடிக்கல..!

என்னடான்னு கேட்டா
டார்வின் சொல்றான்..

எப்பா..
நீ
வீட்ல இருக்க போன
பீரோக்குள்ள வச்சு
பூட்டிட்டு போ..
சாவிய ஒளிச்சு வச்சுரு..!
எதுக்குடா..?

எழுதணும்ன்னு உக்காந்தா
இந்த போனு
என்னைய இழுத்துக்கே இருக்குப்பா..
எழுத விட மாட்டுது..!

சரி, சாவிய
நானே கொண்டு போறேன்..
தேடிக்கிட்டு இருக்காம
எழுது...!

இன்னைக்கு பாருப்பா
எப்புடி எழுதுறேன்னு..!

27/01/22

***

பெரிய மேடத்துக்கு
உடம்பு சரியில்ல..
அவளே குடிச்சிருந்தா
ஈசியா வேல முடிஞ்சிருக்கும்..

மாத்திரைய
நான் எடுத்துத் தரேன்னு
பாப்பா செஞ்ச குழப்பம்..!
எந்த மாத்திரை குடிச்சோம்..
எத குடிக்கல..
ஒண்ணும் புரியல மேடத்துக்கு..!

இருக்குறது
நாலு மாத்திர..
அத குழப்பம் இல்லாம
குடிக்கத் தெரியல..
சான்ஸ் கெடச்சிருக்கே
விடலாமா..
கொந்தளிச்சேன் நான்..!

டார்வின் வந்து கேட்டான்..
வாயில தண்ணி
ஒட்டிருக்காம்மா..?
மொதல்ல எவ்வளவு தண்ணி
இருந்துச்சு..?
நீ எத்தன தடவ தண்ணி குடிச்ச..?

என்ன நடக்குது புரியுதா..?
புலன் விசாரணை..!

27/03/22

***

டார்வின்
டுஜக்.. டுஜக்.. புத்தகத்துல
எதாச்சும் ஒரு பக்கத்த
எடுப்பான்..
எழுத்துக் கூட்டி படிப்பான்..!
இன்னைக்கு
படிச்சதிலிருந்து
ஒரு விமர்சனம் வச்சிருக்கான்..!

பாப்பா மட்டுந்தான்
உனக்கு செல்லமா'ப்பா?

நீயும் தாண்டா..
அப்ப செல்ல மகள்'ண்டு
போட்டிருக்கு..?
அதுக்கு முன்னாடி
இருக்கிற வார்த்தைய
படிச்சுப் பாருடா..!

அ...ன்...பு... அன்பு..
ம...க...ன்... மகன்..
அன்பு மகன்..!

பின்ன என்ன..?

அப்ப நானு
செல்லம் இல்லயா..?

அன்பும் செல்லமும்
ஒண்ணு தாண்டா..!

போப்பா..
நான் செல்லம் இல்ல..!

29/01/22

***

அதுல ஏறாத..
இதுல ஏறாத..

அங்க ஓடாத..
இங்க ஓடாத..

அத எடுக்காத..
இத ஒடைக்காத..

அத உருட்டாத..
இத பொரட்டாத..

அழுகாத..
சிரிக்காத.
சத்தம் போடாத..

அதுல விழுகாத..
இதுல விழுகாத..
கொஞ்சாத..
வீம்பு பண்ணாத..

அரட்டிக்கிட்டும்
மெரட்டிக்கிட்டும் கூட
அன்னைக்குப் பொழுத
போக்கிப் புடலாம்..

ம்மா..
காய்ச்ச அடிக்குது..
ப்பா..
வயிறு வலிக்குது..
தொட்டுப் பாரு.. சுடுது..!

ம்ம்ஹூ ம்..!
புள்ளைங்க சொணங்கினா
கஷ்டந்தான்..!

30/01/22

***

ஊரே படுத்துருச்சு..!

இப்ப தான்
பொழுது விடிஞ்ச மாரி
ரெண்டு பேரும் ஒரே சத்தம்..
ஒரே ஓட்டம்.. ஆட்டம் பாட்டம்..!

பால ஆத்திக் குடுத்து
படுக்க வச்சாச்சு..!

ப்பா..
இங்கிட்டு திரும்பு..
எம்மேல கைய வைய்யி..
தட்டிக் குடு..
இங்க சொரண்டி விடு..
பாப்பாவின் உத்தரவுகள்..!

யேசுதாச கூப்பிட்டேன்
யூடியூப்ல..
'பூவே.. செம்பூவே..
உன் வாசம் வரும்..!
வாசல் என் வாசல்
உன் பூங்கா வனம்..
வாய் பேசிடும் புல்லாங்குழல்..
நீதான் ஒரு பூவின் மடல்..!'

யேசுதாஸ் கைவிடல..!
இந்தப் பாப்பாவா..
ரொம்ப
தங்கமான பாப்பாவாச்சே..
அப்படியொரு பவ்யமான தூக்கம்..!

கொஞ்சம் எட்டி
அங்குட்டுப் பாத்தேன்..
காத்துலயே
படம் வரஞ்சுக்கிருந்தான்
டார்வின்..!

நம்மள தூங்க வைக்காம
இவன் தூங்க மாட்டான்..!

31/01/22

***

பேயி வெளாட்டு
வெளாடுவமா கீர்த்தி..?

நீதான் பாப்பா.. நாந்தான் அம்மா..!
(கேரக்டர்ஸ்..!)

ரெண்டு பேரும் தூங்குவமாம்..
அப்ப..
பேய் ஆ.......ண்டு கத்துமாம்..
அப்ப..
நிய்யி அம்மாவ கூப்பிடுவியாம்...!
(ஸ்கிரிப்ட்..!)

சரி போயி படு..

கத்து கீர்த்தி.. (ஆக்சன்..!)

அம்மா...

என்னா பாப்பா..

பேயி...
ஆ...ண்டு கத்துற சத்தம்
கேக்குதும்மா..

உங்க அப்பா வந்தாத்தான்
பேய அடிக்க முடியும்..
நம்ம ஒண்ணும் செய்ய முடியாது...
பேசாம படு.!

அம்மா...

என்னாடி...
அதான் சொன்னேன்ல..
பேசாம படு..!
இல்லம்மா...
பேய நானே அடிச்சு
விரட்டிட்டேன்..
நீ பயப்படாம படு..!
(கதையில டிவிஸ்ட்டு..?!)

01/02/22

***

ப்பா.. அன்னைக்கு ஒருநா..

ம்ம்..

நானு அப்பத்தா கூட....

ம்ம்..

கட்டில்'ல படுத்திருக்கப்ப..
ம்ம்...

சாப்பிட்ட பிஸ்கட்'லாம்
வயித்துக்குள்ள இருந்து
கழுத்துக்கிட்ட வந்துருச்சுப்பா..!

அப்பிடியெல்லாம்
வராது பாப்பா..
சாப்பிடுற எல்லாமே
வயித்துக்குள்ள தான போகும்..

அப்ப
பால் மட்டும் எதுக்குப்பா
கண்ணுக்குள்ள போகுது..?

பாலு கண்ணுக்குள்ள போகுதா..?
ஆமாம்ப்பா..
இங்க பாரு..
பாலு வெள்ளையா இருக்கா?
கண்ணும் வெள்ளையா இருக்கா..?

டொயிங்..!

15/02/22

***

ஒரு புத்தகம்
படிச்சுக்கிருந்தேன்..
டார்வின் பக்கத்துல வந்தான்..
அட்டைய பாத்தான்!

டா....ர்....வி....ன்...
டார்வின்..!

என்னாப்பா..
புத்தகத்துல
ஏம் பேரு எழுதிருக்கு..?

இந்தா இருக்கார்ல
இந்த தாத்தா பேரு தான்
டார்வின்..

வெள்ளையா இருக்காரு..?

அவர் வெளிநாட்டுக் காரரு..

அப்ப எப்புடி
தமிழ்ல பேரு வச்சிருக்காரு..!

அடேய்..
அவரு பேர தாண்டா
நாம வச்சிருக்கோம்..!!

16/02/22

***

எப்பா..
இன்னைக்கு ஸ்கூல்ல
மிஸ்சு என்னைய அடிச்சாங்க..

அடிச்சாங்களா..
எதுக்கு பாப்பா..?

நானு அண்ணங்கூட தான்
உக்காருவேன்னு சொன்னேன்..
அடிச்சாங்க..
அதுக்கு நான் அழுதேன்..!

எந்த டீச்சரு பாப்பா..?

இந்த..
குண்டா இருப்பாங்கள்ல..
குட்டிச் சட போட்ருப்பாங்கள்ல..
அந்த டீச்சரு..!

சரி,
அப்பா அவங்ககிட்ட கேக்குறேன்..

அவங்க அடிச்சா
இனிமே நானு ஸ்கூலுக்கே போமாட்டேன்..
சொல்லிரு..!

22/02/22

***

டார்வின் சொன்னான்..

இந்த ரெண்டு கோடு
நாலு கோடு நோட்டு
எழுதுறது தான்ப்பா
ரொம்ப கஷ்டமா இருக்கு..

தொடர்ந்து எழுத வேணாம்..
ரெஸ்ட் எடுத்துக்க என்றேன்..

அஞ்சு நிமிஷம் கழிச்சு
வந்தான்..

கையில ரெண்டு பென்சில்..
ரெண்டையுமே பிடிச்சு
எழுதுவது போலவே
வச்சிருந்தான்..
என்னடான்னு
கேட்டேன்..

ஒரே நேரத்துல
ரெண்டு வரிசைல
எழுதுற மாதிரி பென்சில் இருந்தா
நல்லா இருக்கும்'லப்பா..!

23/02/22

***

ப்பா...
இங்க பாருப்பா..

ம்ம்..

டார்வின்..
புகழ்மதி'ன்னு
ஒரு பேப்பர்ல எழுதினான்..

என்ன சொல்ல வர்றான்..
எனக்கு ஒண்ணும் புரியல..!
ப்பா..
மறுபடியும் பாருப்பா'ன்னான்..

பாத்தேன்..
மறுபடியும் அதையே
எழுதிக் காட்டினான்..

அதே தானடா என்றேன்..

போப்பா..
நான் பேனாவுல
எழுதிக்கிருக்கேன்...
அது தெரியல ஒனக்கு..!
பெரியவங்க மாரியே
வேகமாக எழுதிக்கிருக்கேன்..
அதுவும் தெரியல ஒனக்கு..!

23/02/22

***

ரெண்டு மூணு நாளா தான்
பாப்பா ஸ்கூலுக்குப் போறாங்க..

ரொம்ப நேரமா
ஒரு விளையாட்டு..

கையில ஒரு ஸ்கேலு..
பாப்பாவ சுத்தியும்
நாலு நோட்டுகள்..
நாலும் நாலு குழந்தைகளாம்.!

பேசாத.. பேசாத...!
பேசாம இரு.. பேசாம இரு..!
வாய மூடு.. வாய மூடு..!
சொன்னா கேளு.. சொன்னா கேளு..
வாய மூடு.. வாய மூடு.

என்னா பாப்பா செய்ற..?

இது
ஸ்கூல் வெளாட்டு'ப்பா..!

24/02/22

***

பைக்குல
ஊருக்குப் போய்க்கிருந்தோம்..

பாப்பா தான் முன்னாடி..
டார்வின் எனக்குப் பின்னாடி..
அதுக்குப் பின்னாடி பெரிய மேடம்..!

ஏ.. அங்க பாருப்பா..
எம்புட்டு காக்கா
பறந்து போகுதுன்னு...
எல்லா காக்காவும்
கூட்டமா எங்கப்பா போவுது..?

சாயங்காலம் ஆயிருச்சுல்ல பாப்பா..
அதான் அவவங்க
வீட்டுக்குப் போகுது..!

காக்காவுக்கு வீடு இருக்கா.?

மரத்துல இருக்க
கூடு தான் அதோட வீடு..!

காக்கா கைய்ய
இப்டி இப்டி செய்யாட்டி
கீழ விழுந்துருமாப்பா..!
அது கையி இல்ல பாப்பா..
றெக்கை..

றெக்'கை'..!
அட..
பாப்பா
சரியா தான் சொல்லிருக்கு..!!

07/04/22

***

இன்னைக்கு
பைக்ல கம்பம் போனோம்..

பெரியாத்துப் பாலத்துக் கிட்ட
நெறய மாடுகள்
வயக்காட்ல மேஞ்சுக் கிருந்துச்சுக..
அதப் பாத்ததும் டார்வின் கேட்டான்..

ஏம்ப்பா..
இந்த மாடுகள்லாம்..
சண்ட போடுமாப்பா..?!

எப்பவாச்சும் சண்ட போடும்..
ஏன் கேக்குற..?!

நாய்க மட்டும்
எப்ப பாத்தாலும்
சண்ட போடுதுகளே..
எதுக்குப் பா..?!

14/04/22

***

நீ மட்டும் எதுக்குப்பா
நைட்டு நைட்டு
சட்டைய கழட்டிட்டு படுக்குற...?

அப்பாவுக்கு வேர்க்கும்ல..!

எனக்கு வேர்க்காதா..?

குட்டிப் பாப்பாவுக்லாம்
வேர்க்காது..

நேத்து நேத்து
ஸ்கூல்ல மிஸ்சு
மாடில உக்கார வச்சப்ப
எல்லா பாப்பாவுக்கும்
வேர்த்துச்சு..
எனக்கும் வேர்த்துச்சு..
மிஸ்சுக்கும் வேர்த்துச்சு பா..!

சரி, வேர்க்கும் போது
கழட்டிக்கலாம்..

அப்ப அம்மாவுக்கு..?

சொல்லுப்பா..
அப்ப அம்மாவுக்கு..

சொல்லுப்பா..
அம்மாவுக்கு வேர்க்கும்ல..!

காலையில
அம்மா எந்திரிக்கட்டும்..
கேப்போம்..!

06/04/22

***

எப்பவுமே
பாப்பா தூங்கி எழுந்ததும்
சொல்ற வார்த்தை
அப்பத்தா..
உடனே அழுகை வேற..!

அழுகாத அழுகாத..
கீழ தான் இருக்காங்க..
அழுகாமப் போ..
அழுகாமப் போன்னு
அனுப்பி வைப்போம்..

ஒரு நாளைக்கு பூன மாதிரி..
ஒரு நாளைக்கு
நாய்க்குட்டி மாதிரி
நடந்து போவாங்க..!
இன்னைக்கு
அம்மாவ தூக்கச்சொல்லி
ஒரே அடம்..

தூக்க மாட்டேன்னு சொல்லி
அம்மா அத விட அடம்..!

இன்னைக்கும்
போர்வை பூராம் உச்சா..
எத்தன தடவ சொல்லிருக்கேன் பாப்பா..
உச்சா வந்தா
அம்மாவ எழுப்பு..
அம்மாவ எழுப்புன்னு..!

பாவமா மூஞ்சிய வச்சுக்கிட்டு
பாப்பா சொல்றாங்க..
'உச்சா வாரது
எனக்குத் தெரிஞ்சா தான
சொல்ல முடியும்..!'

நியாயந்தான..!

05/04/22

***

பாப்பா
சிலேட்ட கையில
எடுத்துக்கிட்டாங்க..

இப்டி...
இப்டி...
இப்டி...
இப்டின்னு சொல்லிக்கிட்டே
மேல இருந்து கீழ
ஒரு பத்துக் கோடு..!

அப்புறம்..
இப்டி...
இப்டி...
இப்டி...
இப்டின்னு சொல்லிக்கிட்டே
குறுக்கு வாக்குல
ஒரு பத்துக் கோடு..!

எல்லாக் கோடும்
போட்டு முடிச்சுட்டு சொல்றாங்க..
'இது மாதிரி
கட்டம் போட்ட நோட்டு ஒண்ணு
வாங்கிட்டு வாப்பா..!'

"கட்டம் போட்ட நோட்டு ஒண்ணு..!'
அதான் மேட்டரு...!

07/03/22

***

ப்பா..
நா என்னா எழுதிருக்கேன்னு
பாக்க மாட்டியா...

ம்ம்..
காட்டுங்க பாக்கலாம்..!

கட்டம் போட்ட நோட்ட எடுத்து
உக்காந்துட்டாக...

இதும் (இதுவும்)..
இதும்..
இதும்..
இதும்..
இதும்..
இதும்..
இதும்..
இதும்..
இதும்..
இதும்..

அந்த பக்கத்துல இருக்க
ஒவ்வொரு கட்டத்துக்கும்
ஒவ்வொரு எழுத்துக்கும்
ஒரு 'இதும்..!'

இது பூராம் எழுதினேன்னு
சொல்லிட்டா
எளிதா முடிஞ்சு போகும் தான்..!

எழுதும் போது அப்படி
மொத்தமா எழுதலயே..

தனித்தனியா தான எழுதுனாங்க..
அதான் நம்ம பாப்பா
தனித்தனியாவே சொல்றாங்க..!

08/03/22

***

அப்ப தான்
குளிக்க உள்ள போனேன்..

டொக் டொக்..

யாரு..?

நான் தான்ப்பா..!

என்னா பாப்பா..?

ஒண்ணு சொல்லணும்ப்பா..!

குளிச்சிட்டு வந்துர்றேன்..!

சரி.. சீக்கிரம் வரணும்!

சரி பாப்பா..

சோப்பு போட்டு முடிக்கல..
மறுபடியும் டொக் டொக்..!

தேய்ச்சு முடிக்கல.. டொக் டொக்..!

தண்ணி ஊத்தி முடிக்கல..
டொக் டொக்..!

யாரு..?

நான் தான்ப்பா..!

என்னா பாப்பா..?

ஒங்கட்ட
ஒண்ணு சொல்லணும்ப்பா..!

குளிச்சிட்டு வந்துர்றேன்..!

சரி.. சீக்கிரம் வரணும்!

சரி பாப்பா..

24/03/22

***

கொடிக்காய் சாப்ட்டுட்டு போட்ட
தோல் வாசல்'ல கெடந்துச்சு ..
அத எடுத்து கைக்குள்ள
வச்சுக்கிட்டு...

ப்பா..
எங் கைக்குள்ள
வெட்டுக்கிளி இருக்கு..
தெரிதா.. தெரிதா..!

நான் சொன்னேன்..
ஆமாம் பாப்பா
லேசா பச்சையா தெரிது..!

இப்ப ஒன்னைய
கடிக்க வைக்கவா..?

வேணாம் பாப்பா..
பயமா இருக்கு..!

அப்பாவ கடி.. கடி..!

அய்யோ வேணாம் பாப்பா..
பயமா இருக்கு..!

அப்புறம்
கையத் திறந்து காட்டிக்கிட்டே
ராகமா சொன்னாங்க....!

'சும்மா சொன்னேனே..
சொடக்குப் போட்டேனே..!'

இப்ப அடிக்கடி
இந்த பாட்டு தான் வீட்ல..
'சும்மா சொன்னேனே..
சொடக்குப் போட்டேனே..!'

எப்டி இருக்கு பாட்டு!

25/03/22

***

ரொம்ப நாளா
ஒரு நாய்க்குட்டி வேணும்னு
கேட்டுக்கிட்டே இருந்தான் டார்வின்...

ஒரு தோப்புல இருந்துச்சு..
ரெண்டு வாரம் முன்னாடி
நானும் அவனும் தான் போய்
தூக்கிட்டு வந்தோம்..
அதுக்கு உண்டான
எல்லா ஏற்பாடுகளும் செஞ்சு
நல்லா தான் போய்க்கிட்டு
இருந்துச்சு..

ஜாக்கி வா..
ஜாக்கி நட..
ஜாக்கி கை குடு..!

அது கூட அவனும்
அவன் கூட அந்த குட்டியும்
ஒரே வெளாட்டு தான்..!

திடீர்னு
நாயின் உடம்பு முழுவதும்
நோயின் அறிகுறிகள்..
இரவோடு இரவாக போயி
விட்டுட்டு வந்தாச்சு..!

இந்த நாலஞ்சு நாளும் டார்வின்
சோக நடை.. சோக பேச்சு..
சோக முகம்..!

நேத்து
பள்ளியில் இருந்து வந்ததும்
சங்கிலிய எடுத்து
நாய் கட்டி இருந்த
அதே இடத்தில் கட்டிப் போட்டு..
'மேட்'ட எடுத்து..
நாய் படுக்கும்
அதே இடத்தில் போட்டு..
நாய் வெளாண்ட

பச்ச கலரு குட்டிப் பந்த
எடுத்து 'மேட்' மேல வச்சிருக்கான்..

சங்கிலியின்
இன்னொரு முனையும்
அந்த பந்தும்
அருகருகே அந்த மேட் மீது..
அவன் பார்வை அதன் மீது..!

ஜாக்கி இல்ல..
வெளாட்டும் இல்ல..!
அங்கங்க நின்னு நின்னு
பாக்குறான்..!
வெளியில் கேட்காமல்
மனதுக்குள்
பேசுவானோ என்னவோ..!
ஜாக்கி வா..
ஜாக்கி நட..
ஜாக்கி கை குடு..!
போய்ட்டு வாரேன்னு சொல்லி
கையில ஒரு காகிதத்த
கொடுத்துட்டு
ஸ்கூலுக்குப் போறான்..

அதில் அவனோட ஜாக்கி..!

எல்லா பதிவுகளையும்
எழுதும் போது
ஒரு குறுஞ்சிரிப்பு
முகத்தை நிறைக்கும்..

இன்னைக்கு முடியல..!

31/03/22

***

வீட்ல இருந்தா
வெயில்ல தான் சுத்துவ..
வா.. கம்பம் போவோம்..
ஒரு நிகழ்ச்சி இருக்கு..!
எப்டிலாம் பேசுறாங்கன்னு
தெரிஞ்சுக்கலாம்..!

டார்வின் சொன்னான்..
நான் வரலப்பா..!

நால்லாருக்கும்டா..!

நான் வரலப்பா..!

ஒன்னய மாதிரி
குட்டீஸ்'லாம் வருவாங்கடா..!

நாளைக்கு வாரேம்ப்பா..

அடேய்..
நாம நெனைக்குற
அன்னைக்குலாம் நடக்காதுடா..
நிகழ்ச்சி நடக்குறப்ப தான்
நாம போகணும்..!

சரிப்பா..
அப்ப நாளைக்கும் நான் வரல..
அடுத்து நடக்கும்ல
அன்னைக்கு வாரேன்..!

15/04/22

***

ஏம்ப்பா..
நம்மல்லாம் கருவாச்சியா..?

எதுக்கு பாப்பா..?
யாரு அப்டி சொன்னது..?

இந்த கீர்த்தி தாம்ப்பா..
நிய்யி.. நானு..
அம்மா.. அப்பத்தா...
அத்த..
எல்லாரும் கருவாச்சியாம்..!

ம்ம்..

கீர்த்தி.. தேவ்சேனா..
டார்வினு... லத்திக்கா..
அவங்க அப்பா..
நம்ம தாத்தா..
எல்லாரும் செவப்பாம்..

அதுனால
ஒண்ணுமில்ல பாப்பா..!

கீர்த்தி தாம்ம்ப்பா..
அப்டி சொல்லிக்கே இருக்கு..!

சரி, இனிமே சொன்னா...
'எனக்கென்னா சொல்லிக்க..
சொரைக்காய தின்னுக்க..!'
அப்டின்னு சொல்லி விட்ரு..!

சரி, கீர்த்தி வரட்டும்..
'எனக்கென்னா சொல்லிக்க..
சொரைக்காய தின்னுக்க..!
எனக்கென்னா சொல்லிக்க..
சொரைக்காய தின்னுக்க..!
எனக்கென்னா சொல்லிக்க..
சொரைக்காய தின்னுக்க..!'

03/04/22

***

ப்பா..
எனக்கு பிங்க் கலர்
பென்சில் ஒண்ணு
வாங்கிட்டு வாப்பா..
சரி..
வேற..?

கிரீன் கலர்
பென்சில் ஒண்ணு..!

ம்ம்..

பச்சைக் கலர்
பென்சில் ஒண்ணு..!

வேற..?

எல்லோ கலர்
பென்சில் ஒண்ணு..!

ம்ம்..?

மஞ்சள் கலர்
பென்சில் ஒண்ணு..!

வேற..?

கறுப்புக் கலர்
பென்சில் ஒண்ணு..!

அப்புறம்..?

(கலர் தீர்ந்து போச்சு..)
இந்த டவுசர் கலர்
பென்சில் ஒண்ணு..!

வேற..?

இந்த சேர் கலர்
பென்சில் ஒண்ணு..!
கதவுக் கலர்..
சட்டைக் கலர்..
ஃபேன் கலர்..
லிஸ்ட் போய்க்கே இருக்கு..!

சரி பாப்பா..
மொத்தம் எத்தன பென்சில்தான்
ஒனக்கு வேணும்..?

மூணு வேணும்..

04/04/22

***

அப்ப தான்
வீட்டுக்குள்ள நுழையுறேன்..
டார்வின் சொல்றான்..

பாப்பா..
இனிமே
நம்ம ரெண்டு பேரும்
எதுவு'மே பேசக் கூடாது..
அமை....தியா இருக்கணும்..!

எதுக்குண்ணே..?

பேசவே கூடாது பாப்பா..!

எதுக்குன்னு சொல்லுண்ணே...

நம்ம பேசுறத எல்லாம்
எழுதி
புக்கு போடுறாய்ங்க
பாப்பா..!

நம்ம எப்புடி..
விட்ருவமா..
அதையும் எழுதுவம்ல..!

21/01/22

***

www.ingramcontent.com/pod-product-compliance
Lightning Source LLC
LaVergne TN
LVHW040818051026
849519LV00007BA/2662
* 9 7 8 9 3 9 5 7 7 6 4 1 7 *